# ചോരവീണ മണ്ണ്
## കർഷകസമരവഴിയിലെ സഞ്ചാരങ്ങൾ

**choraveena mannu
karshakasamaravazhiyile sancharangal**

•

radhakrishnan cheruvally
t a  rajasekharan
rajasasi k

•

*first edition*
june 2014

•

*typesetting*
info needs, kariyam

•

*published*
chintha publishers, thiruvananthapuram

•

*printed at*
Repro India Ltd, Mumbai.

•

*cover*
midas

•

*price*
rupees one hundred and five only



---

*വിതരണം*

**ദേശാഭിമാനി ബുക്ക് ഹൗസ്**

H O തിരുവനന്തപുരം−695 035
phone: 0471-2303026, 6063026
www.chinthapublishers.com
chinthapublishers@gmail.com

*ബ്രാഞ്ചുകൾ*

ഹെഡ്ഡാഫീസ് ബ്രാഞ്ച് കുന്നുകുഴി • സ്റ്റാച്യു തിരുവനന്തപുരം • കെ എസ്
ആർ ടി സി ബസ് സ്റ്റേഷൻ ആലപ്പുഴ • കെ എസ് ആർ ടി സി ബസ്
സ്റ്റേഷൻ എറണാകുളം • മച്ചിങ്ങൽ ലെയ്ൻ തൃശൂർ • ഐ ജി റോഡ് കോഴി
ക്കോട് • മാവൂർ റോഡ് കോഴിക്കോട് • എൻ ജി ഒ യൂണിയൻ ബിൽഡിങ്
കണ്ണൂർ • സെൻട്രൽ ബസ് ടെർമിനൽ കോംപ്ലക്സ് താവക്കര കണ്ണൂർ

---

CO - 2009 / 3382

# ചോരവീണ മണ്ണ്

## കർഷകസമരവഴിയിലെ സഞ്ചാരങ്ങൾ

രാധാകൃഷ്ണൻ ചെറുവല്ലി
റ്റി എ രാജശേഖരൻ
രാജശശി കെ

ചിന്ത പബ്ലിഷേഴ്സ്
തിരുവനന്തപുരം-695 035
വില : ₹ 105

# രാധാകൃഷ്ണൻ ചെറുവല്ലി

സ്വദേശം: തിരുവനന്തപുരം ജില്ലയിലെ ശ്രീകാര്യം. അച്ഛൻ: ആർ സദാശിവൻ. അമ്മ: എൽ രത്നമ്മ. കേരള സർവകലാശാലയിൽനിന്നും കൊമേഴ്സിൽ മാസ്റ്റർ ബിരുദം.

സെക്രട്ടേറിയറ്റിൽനിന്നും അണ്ടർ സെക്രട്ടറിയായി വിരമിച്ചു. കേരള സെക്രട്ടേറിയറ്റ് എംപ്ലോയീസ് അസോസിയേഷന്റെ മുൻ പ്രസിഡന്റ്. ഇപ്പോൾ ചിന്ത പബ്ലിഷേഴ്സിൽ സബ് എഡിറ്റർ.

പ്രസിദ്ധീകരിച്ച കൃതികൾ: *ഒരേ വഞ്ചിയിലെ യാത്രക്കാർ, അമിനിദ്വീ പിലെ വിശേഷങ്ങൾ, മധ്യദേശത്തെ ചരിത്രപഥങ്ങൾ (യാത്രാവിവരണം) ആണ ധികാരത്തിന്റെ ബലപ്രയോഗങ്ങൾ –രാഷ്ട്രീയ സാമൂഹിക പഠനങ്ങൾ–(എഡി റ്റർ) സെല്ലുലോയ്ഡ്: ചരിത്രത്തിലില്ലാത്ത ജീവിതവും സിനിമയും (ജി പി രാമചന്ദ്രനൊപ്പം).*

| | | |
|---|---|---|
| ഭാര്യ | : | ആർ ശോഭനകുമാരി |
| മക്കൾ | : | ആർ ഉണ്ണിക്കൃഷ്ണൻ, ആർ ഹരികൃഷ്ണൻ |
| മേൽവിലാസം | : | ഗ്രീഷ്മ, ജി ആർ എ – സി 44 |
| | | ചെറുവല്ലി ലെയ്ൻ, ഗാന്ധിപുരം |
| | | ശ്രീകാര്യം പി ഒ, തിരുവനന്തപുരം 695 017. |
| ഫോൺ | : | 9447010396, 0471–2597376 |
| E-mail | : | radhakrishnancheruvally@gmail.com |

# റ്റി എ രാജശേഖരൻ

സ്വദേശം: പത്തനംതിട്ടയിലെ കലഞ്ഞൂർ. അച്ഛൻ: എം അച്യുതൻ നായർ, അമ്മ: റ്റി കെ ഈശ്വരി അമ്മ. ശാസ്ത്രസാഹിത്യ പരിഷത്തിന്റെ പത്തനംതിട്ട ജില്ലാ പ്രസിഡന്റ്, സെക്രട്ടറി എന്നീ നിലകളിൽ പ്രവർത്തിച്ചു. സെക്രട്ടേറിയറ്റ് എംപ്ലോയീസ് അസോസിയേഷൻ മുൻ സെക്രട്ടറി. ഇപ്പോൾ സെക്രട്ടേറിയറ്റിൽ ജോയിന്റ് സെക്രട്ടറിയായി പ്രവർത്തിക്കുന്നു.

| | | |
|---|---|---|
| മേൽവിലാസം | : | രാജശ്രീ, റ്റി സി [1295 (6)] |
| | | കൂട്ടാംവിള റോഡ്, വട്ടിയൂർക്കാവ് പി ഒ |
| | | തിരുവനന്തപുരം. |
| ഫോൺ | : | 9496102590 |

# രാജശശി കെ

സ്വദേശം: കണ്ണൂർ ജില്ലയിലെ ഓണക്കുന്ന്. അച്ഛൻ: ഡി എം കേശവവാ രിയർ, അമ്മ: ഇ രുഗ്മിണി ദേവി.

ഇപ്പോൾ ഗവ. സെക്രട്ടേറിയറ്റിൽ സെക്ഷൻ ഓഫീസർ

| | | |
|---|---|---|
| ഭാര്യ | : | ശ്രീലത ടി |
| മക്കൾ | : | ശ്രീരാജ്, രേവതി രാജ് |
| മേൽവിലാസം | : | ഓണക്കുന്ന് |
| | | കരിവെള്ളൂർ പി ഒ, കണ്ണൂർ ജില്ല. |
| ഫോൺ | : | 9446384895 |
| E-mail | : | rajasasik@gmail.com |

# ഉള്ളടക്കം

# പ്രസാധകക്കുറിപ്പ്

**ദേ**ശീയപ്രസ്ഥാനവും സ്വാതന്ത്ര്യവാഞ്ഛയും ജന്മിത്ത വിരോ ധവും സോഷ്യലിസ്റ്റ് ആശയങ്ങളും മതേതരജനാധിപത്യബോധവും ഇരുപതാം നൂറ്റാണ്ടിന്റെ രണ്ടും മൂന്നും നാലും ദശകങ്ങളെ ഇളക്കിമറിച്ചു.

വഴിനടക്കാനുള്ള സ്വാതന്ത്ര്യം, ജനാധിപത്യാവകാശങ്ങൾ, ഭൂമിക്കു മേലുള്ള അവകാശം, ജന്മിത്ത അടിച്ചമർത്തലിനെതിരെയുള്ള സംഘം ചേരൽ, സാമ്രാജ്യവിരോധം തുടങ്ങിയവയാൽ പ്രേരിതമായ കർഷ കസമരംകൊണ്ട് മലബാറും കൊച്ചിയും തിരുവിതാംകൂറുമെല്ലാം സമരഭൂമികകളായി.

ഇവിടെയാണ് കയ്യൂരും കരിവെള്ളൂരും മുനയൻകുന്നും പഴശ്ശിയും തില്ലങ്കേരിയും മൊറാഴയും കാവുമ്പായിയും പുന്നപ്ര-വയലാറും ശൂര നാടും കല്ലറയുമൊക്കെ ചോരപ്പാടുകളിൽ പോരാട്ടചരിതം രചിച്ചത്.

ഈ സമരങ്ങൾ എങ്ങനെ, എന്തിനായി നടന്നു എന്ന് പുതിയ തല മുറ ഓർത്തിരിക്കേണ്ടതുണ്ട്. ഭൂതകാലവുമായി മുഖാമുഖം നടത്തുന്ന സമകാലത്തിന് ചരിത്രം അനിവാര്യമായ ഒരായുധമാണ്. കേരളത്തിലെ കർഷകസമരത്തിന്റെ വഴികളിലൂടെ നടത്തിന്ന യാത്രകളും സ്മരണ കളും ഉൾച്ചേരുന്ന ചരിത്രക്കുറിപ്പുകളാണ് *ചോരവീണ മണ്ണ്* എന്ന പുസ് തകത്തിൽ.

കേരളത്തിലെ കർഷകസമരങ്ങളെപ്പറ്റി മനസിലാക്കാൻ ശ്രമിക്കുന്ന ഒരു ചരിത്രവിദ്യാർഥിക്ക് കൈപ്പുസ്തകമായി ഈ പുസ്തകം പ്രയോ ജനപ്പെടുമെന്ന് ഞങ്ങൾ കരുതുന്നു; ഒപ്പം ഒരു പോരാളിക്ക് വഴികാട്ടി യായും.

ചിന്ത പബ്ലിഷേഴ്സ്

# മുഖവുര

ആയിരമായിരം കൊല്ലങ്ങളായി നിലനിന്നുപോരുന്ന ഭൂപ്രഭുക്കളുടെ ആഴത്തിൽ വേരൂന്നിയ അധികാരത്തെ മറിച്ചിടുന്നതിന് കർഷകർ അങ്ങേയറ്റത്തെ ശക്തി ഉപയോഗിക്കാതെ സാധ്യമായെന്നുവരില്ല. ഒരു കരുത്തുറ്റ വിപ്ലവമുന്നേറ്റം നാട്ടിൻപുറങ്ങളിൽ ആവശ്യമാണ്; കാരണം, അതൊന്നിനു മാത്രമെ കരുത്തേറിയ ഒരു ശക്തിയാ വുന്നതിന് കോടാനുകോടി ജനങ്ങളെ തട്ടിയുണർത്താൻ കഴിയുകയുള്ളൂ.

മൗ സെ ദോങ്

**ആ**ധുനിക കേരളം എങ്ങനെ രൂപപ്പെട്ടു? പഴയ സമൂഹത്തിൽ നിന്നും പുതിയതിലേക്കുള്ള മാറ്റത്തിന് ചാലകശക്തികളായി വർത്തിച്ച ഘടകങ്ങൾ ഏവ? ഇക്കാര്യങ്ങൾ ആവർത്തിച്ച് പഠിക്കേണ്ടിയിരിക്കുന്നു. സമകാലീന അനുഭവങ്ങളുടെ വെളിച്ചത്തിൽ ഭൂതകാലത്തെ നിരന്തര മായി അഭിമുഖീകരിക്കുന്ന പ്രക്രിയയാണു ചരിത്രമെങ്കിൽ ഓരോ ചരിത്ര സന്ദർഭങ്ങളെയും നാം വീണ്ടും പരിശോധനയ്ക്കു വിധേയമാക്കേണ്ട തുണ്ട്. ഒരു സമൂഹത്തിനെ നയിക്കുന്ന പ്രത്യയശാസ്ത്രം ആ സമൂഹ ത്തിലെ ഭരണവർഗത്തിന്റേതായിരിക്കുമെന്നതിനാൽ ഈ കാലഘട്ട ത്തിലെ ബൂർഷ്വാധാരണകളോട് നാം നിരന്തരം കലഹിക്കേണ്ടിയിരി ക്കുന്നു.

കേരളത്തിലെ നിലവിലുള്ള രാഷ്ട്രീയ സാഹചര്യമാണ് കേരളത്തെ രൂപപ്പെടുത്തിയ സമരങ്ങളെക്കുറിച്ച് അന്വേഷിക്കുവാൻ ഞങ്ങളെ പ്രേരി പ്പിച്ചത്. കേരളത്തെ മാറ്റാൻ പ്രധാന പങ്കുവഹിച്ച പ്രസ്ഥാനങ്ങളെയാകെ താഴ്ത്തിക്കെട്ടാനും അവരുടെ സമരങ്ങളെ നിരാകരിക്കാനും ശ്രമങ്ങൾ

നടക്കുന്നു. മുൻകാല പോരാട്ടത്തിന്റെ സ്മരണകൾതന്നെ നഷ്ടപ്പെട്ട ഒരു സമൂഹത്തിനു മുന്നേറാനാവില്ല.

കേരളത്തിന്റെ നേട്ടങ്ങൾക്ക് പ്രധാനപ്പെട്ട ഒരു പങ്കുവഹിച്ചത് കർഷകസമരങ്ങളാണെന്ന് നിസ്സംശയം പറയാം. 18-ാം നൂറ്റാണ്ടുമുതൽ തന്നെ തുടങ്ങിയ കർഷകസമരങ്ങൾ കേരളസമൂഹത്തെ കരുപ്പിടിപ്പിക്കു ന്നതിൽ പ്രധാന പങ്ക് വഹിച്ചിട്ടുണ്ട്. കേരളത്തിൽ കഴിഞ്ഞ 57 വർഷ ങ്ങൾക്കിടയിൽ ഉണ്ടായ എല്ലാ മാറ്റങ്ങളുടെയും അടിത്തറ ഭൂപരിഷ്കര ണമാണ്. അത് ഒരു വ്യവസ്ഥയെ (ജന്മിത്തത്തെ) അവസാനിപ്പിച്ചു. ഒരു വ്യവസ്ഥയെ അവസാനിപ്പിച്ച് പുതിയൊരു വ്യവസ്ഥയിലേക്ക് കൊണ്ടു പോകാൻ സാധിച്ചത് ഭൂപരിഷ്കരണംകൊണ്ടാണ്. അത് അത്ര വലിയ കാര്യമൊന്നുമല്ലെന്നു വാദിക്കുന്നവർ കേരളത്തിലുണ്ട്. പക്ഷേ, ചരിത്രപരമായും സാമൂഹ്യപ്രക്രിയയുടെ കാര്യത്തിലും അത് ഏറെ പ്രധാനപ്പെട്ടതാണ്. ഭൂപരിഷ്കരണം സാധാരണ മനുഷ്യരിലും ആത്മ വിശ്വാസം വളർത്തി. ഈ ഭൂപരിഷ്കരണം സാധ്യമായത് കർഷകസമര ങ്ങളിലൂടെയാണ്. എന്തുകൊണ്ട് ഭൂപരിഷ്കരണം എന്നു ചോദിക്കുക യാണെങ്കിൽ അതിന്റെ ചരിത്രം ഈ കർഷകസമരങ്ങളിൽ അടങ്ങി യിരിക്കുന്നു എന്നാണുത്തരം.

കേരളസമൂഹം മാറ്റങ്ങൾക്ക് വിധേയമായിക്കൊണ്ടിരിക്കുന്നു. പുതിയ അവബോധം സൃഷ്ടിക്കപ്പെട്ടുകൊണ്ടിരിക്കുന്നു. പുതിയ തരത്തി ലുള്ള ഒരു ജീവിതരീതി നിലവിൽ വന്നിരിക്കുന്നു. പോരാട്ടങ്ങളിലൂടെ രൂപപ്പെട്ട കേരളത്തിലെ ഇടതുപക്ഷാവബോധത്തെ കീഴ്പ്പെടുത്തി മേൽക്കോയ്മ നേടാൻ വലതുപക്ഷ പിന്തിരിപ്പൻ ശക്തികൾ കൂട്ടായ പരിശ്രമത്തിലാണ്.

കേരളത്തിൽ ട്രേഡ് യൂണിയനുകളും ബഹുജനപ്രസ്ഥാനങ്ങളും സുശക്തമാണ്. ആഗോളവൽക്കരണ നയങ്ങളെ ചെറുക്കാൻ അവ ആളാ ലും ആശയത്താലും സുസജ്ജമാണ്. ഈ വസ്തുത മൂലധനശക്തികളെ പരിഭ്രാന്തരാക്കുന്നു. അതുകൊണ്ട് കുത്തക മാധ്യമങ്ങളെ കൂട്ടുപിടിച്ച് പെരുംനുണകൾ സത്യത്തിന്റെ ആവരണമിട്ട് അവതരിപ്പിക്കുകയാണ്. പഴയ പോരാട്ടങ്ങൾ പലതും പുതിയ തലമുറയ്ക്ക് വെറും പേരുകൾ മാത്രമാണ്. പറഞ്ഞുപതിഞ്ഞ പോരാട്ടപ്പേരുകളുടെ പൊരുൾ അവരെ വീണ്ടും ഓർമിപ്പിക്കാനുള്ള എളിയ ശ്രമമാണ് ഞങ്ങൾ ഈ പുസ്തക ത്തിലൂടെ നടത്തുന്നത്.

സ്വാതന്ത്ര്യസമരത്തിന്റെ ഒരു സുപ്രധാന ഘട്ടവും കോൺഗ്രസ് സോഷ്യലിസ്റ്റുപാർട്ടിയുടെ രൂപീകരണവും തുടർന്നുള്ള കമ്യൂണിസ്റ്റ് പാർട്ടിയുടെ ആവിർഭാവവും നൽകിയ പുത്തനുണർവാണ് 1930 കൾ മുതൽ ദർശിക്കാവുന്ന കർഷകപോരാട്ടങ്ങളുടെ പൊരുൾ.

കേരളത്തിലെ കർഷകസമരഭൂമിയിലൂടെ ഞങ്ങൾ നടത്തിയ സഞ്ചാ രങ്ങൾ പൂർണമല്ല. എല്ലാ സമരങ്ങളെയും ഉൾപ്പെടുത്താനായിട്ടില്ല. എല്ലാ ത്തിനെയും അർഹിക്കുന്ന രീതിയിൽ അടയാളപ്പെടുത്താനുമായിട്ടില്ല.

എങ്കിലും കേരളത്തിൽ കഴിഞ്ഞ നൂറ്റാണ്ടിന്റെ മധ്യത്തോടെ നടത്തിയി
ട്ടുള്ള കർഷകസമരഭൂമിയിലേക്കുള്ള സഞ്ചാരത്തിന് നിങ്ങളെ ക്ഷണി
ക്കുന്നു.

ഈ സംരംഭത്തിന് ഞങ്ങൾക്ക് ഓരോ ഘട്ടങ്ങളിലും തുണയായ
സഖാക്കളെ ഓർക്കുന്നു. ഈ കുറിപ്പുകൾ പ്രസിദ്ധീകരിച്ച *സെക്രട്ടേറി
യറ്റ് സർവീസ്* മാസികയോടുള്ള കൃതജ്ഞത ഇവിടെ പ്രകടിപ്പിക്കുന്നു.
ഈ ലേഖനങ്ങൾ പുസ്തകരൂപത്തിൽ പുറത്തിറക്കാൻ സന്മനസുകാട്ടിയ
ചിന്ത പബ്ലിഷേഴ്സിനും നന്ദി.

രാധാകൃഷ്ണൻ ചെറുവല്ലി,<br>
റ്റി എ രാജശേഖരൻ, രാജശശി കെ

# 1
## സായുധപോരാട്ടത്തിന്റെ വീറിൽ കല്ലറ–പാങ്ങോട്

കല്ലറ രക്തസാക്ഷി മണ്ഡപം

**കല്ലറ** ജംഗ്ഷനിൽ ബസിറങ്ങുമ്പോൾ ഒപ്പം അജയനുമുണ്ടായി രുന്നു. കല്ലറയിലാണ് അയാൾ ജനിച്ചതും വളർന്നതും. കല്ലറ–പാങ്ങോട് സമരപാതയിലേക്കു തിരികെ നടക്കാൻ ആരുടെയെങ്കിലും കൈപിടിക്കേ ണ്ടിയിരിക്കുന്നു.

കല്ലറ കവലയിൽത്തന്നെ ഒത്ത നടുവിലായി രക്തസാക്ഷിമണ്ഡപം കാണാം. സ്വാതന്ത്ര്യത്തിലേക്കു പാതവെട്ടിയ ആദ്യപഥികരുടെ സ്മാരകംപോലും തർക്കവിതർക്കങ്ങൾക്കിടയാക്കി. ഈ സമരത്തിന്റെ പ്രാധാന്യം കാണുവാൻ അന്നാട്ടുകാർക്ക് ആദ്യമൊന്നും കഴിഞ്ഞില്ല. കല്ലറ-പാങ്ങോട് സമരനായകനായിരുന്ന ചെല്ലപ്പൻ വൈദ്യർ ഉൾപ്പെട്ട പഞ്ചായത്ത് സമിതി തീരുമാനമെടുത്തിട്ടും അന്നത്തെ മുഖ്യമന്ത്രി പട്ടം താണുപിള്ള അനുമതി നൽകിയില്ല. 1957 ലെ കമ്യൂണിസ്റ്റ് സർക്കാരാണ് അനുമതി നൽകിയത്.

കല്ലറ ഒരു വ്യാപാരകേന്ദ്രമാണ്. മലഞ്ചരക്കുകളുടെ വിപണി. കവലയോട് ചേർന്ന് ഒട്ടേറെ കെട്ടിടങ്ങളും വാസസ്ഥലങ്ങളുമുണ്ട്. കിളിമാനൂർ, ആറ്റിങ്ങൽ, വർക്കല പ്രദേശങ്ങളിൽനിന്നും കുടിയേറി പ്പാർത്ത കർഷകരായിരുന്നു ഈ പ്രദേശത്തെ വാസക്കാർ. അവർ ഏറെയും കവലയിലും റോഡുവക്കിലുമാണ് വീടുകൾ പണിതത്.

രക്തസാക്ഷിമണ്ഡപത്തിലേക്ക് നോക്കിനിൽക്കുമ്പോൾ അകലെ കുന്നിൻമുകളിൽ ആയിരവല്ലിക്ഷേത്രം കാണാം. ആയിരവല്ലി ആദിവാസി ദേവതയാണത്രെ. കുടിയേറ്റത്തിന്റെ നാളുകളിൽ കാട് നാടായപ്പോൾ ആദിവാസികൾ പിന്നെയും കാട്ടിനുള്ളിലേക്കുപോയി. ആദിവാസികളുടെ ക്ഷേത്രം പുതുക്കിപ്പണിതപ്പോൾ ആയിരവല്ലിയെ കുടിയിറക്കി ഭരത ന്നൂരിനടുത്തുള്ള മൈലമൂട്ടിലേക്കു മാറ്റി. അവിടെയാണ് കുറച്ച് ആദി വാസി വിഭാഗങ്ങൾ ഉണ്ടായിരുന്നത്. പഴയ ആയിരവല്ലി ക്ഷേത്രത്തിൽ ഇന്ന് ശിവനും മറ്റ് സവർണ ദൈവങ്ങളുമാണ് പ്രതിഷ്ഠ.

കല്ലറ-പാങ്ങോട് സമരത്തെപ്പറ്റി പണ്ഡിതന്മാർ ഏറെയൊന്നും എഴു തിയില്ല. തിരുവിതാംകൂറിന്റെ സ്വാതന്ത്ര്യസമരചരിത്രം എഴുതിയ സി നാരായണപിള്ള പോലും സമരത്തിന്റെ ആഴങ്ങളിലേക്കു പോയില്ല. എത്രപേർ മരിച്ചുവെന്നോ ആർക്കായിരുന്നു സമരനേതൃത്വമെന്നോ അതിന്റെ രാഷ്ട്രീയ-സാമൂഹ്യ പ്രത്യാഘാതങ്ങൾ എന്തെന്നോ അദ്ദേഹം പ്രതിപാദിച്ചില്ല. കല്ലറ-പാങ്ങോട്-കടയ്ക്കൽ സമരം എന്ന് ഒരൊഴുക്കൻ മട്ടിൽ പറഞ്ഞുപോവുകയാണ് പലരും ചെയ്തത്. കീഴാള സമരചരിത്ര ത്തോട് ആഢ്യന്മാരും അവരുടെ പിൻതലമുറക്കാരും എത്രത്തോളം അവ ഗണന കാട്ടി എന്ന് നാം മനസിലാക്കുന്നത് ആ സമരത്തിന്റെ ഉള്ളിലേക്കു കടക്കുമ്പോഴാണ്. സാഹിത്യകാരനും അധ്യാപകനുമായ ശ്രീ. കിളിമാനൂർ ചന്ദ്രന്റെ *ചോരപ്പൂക്കൾ വിരിയിച്ച കല്ലറ-പാങ്ങോട്* എന്ന കൃതി ഈ രംഗ ത്തേക്കുള്ള പ്രധാന ചുവടുവയ്പാണ്. കീഴാള ചരിത്രരചനയുടെ ഉത്തമ മാതൃകയായി ശ്രീ. പി ഗോവിന്ദപ്പിള്ള ഈ ചരിത്രകൃതിയെ വിലയി രുത്തുന്നു.

ഈ രംഗത്തു നടന്ന പ്രധാനപ്പെട്ട മറ്റൊരു സംഭാവന കല്ലറ ജനസംസ്കൃതി തയാറാക്കിയ *തനിമ തേടി-കല്ലറ ഗ്രാമത്തിന്റെ ചരിത്രാ ന്വേഷണം* എന്ന പ്രസിദ്ധീകരണത്തിലെ 'അനീതിക്കെതിരെ കലാപം ചെയ്യാൻ കരുത്തു കാട്ടിയ ജനത' എന്ന അധ്യായമാണ്.

ഈ സംരംഭത്തിന് നേതൃത്വം കൊടുത്ത ശ്രീ. അംബികാദാസിന്റെ വസതിയിലേക്കാണ് ഞങ്ങൾ ആദ്യം പോയത്. സമരത്തിൽ പങ്കെടുത്ത വരാരും ഇന്ന് അവശേഷിക്കുന്നില്ല എന്ന കാര്യം വസ്തുതകൾ നേരിട്ട് മനസിലാക്കുന്നതിന് തടസം നിൽക്കുന്നു. സമരത്തിൽ പങ്കെടുത്തവ രുമായി നേരിട്ട് പരിചയമുണ്ടായിരുന്നു ശ്രീ. അംബികാദാസിന്. പുരോ ഗമന പ്രസ്ഥാനങ്ങളുമായുള്ള ബന്ധമാണ് ചരിത്രാന്വേഷണത്തിന് അദ്ദേ ഹത്തെ പ്രേരിപ്പിച്ചത്.

ശ്രീ. അംബികാദാസിന്റെ വായ്മൊഴിയിലും ഗ്രാമചരിത്രത്തിലെ വരമൊഴിയിലും കിളിമാനൂർ ചന്ദ്രന്റെ ചരിത്രഗ്രന്ഥത്തിലും നിന്ന് കല്ലറ-പാങ്ങോട് സമരത്തിന്റെ രൂപരേഖ തെളിഞ്ഞുവന്നു.

## ദേശം; കാലം

കല്ലറ-പാങ്ങോട് എന്ന് ചേർത്തു പറയുന്ന പ്രദേശങ്ങളിൽ വടക്ക് ഭരതന്നൂർ മുതൽ തെക്ക് അരുവിപ്പുറം ആറിന്റെ തീരം വരെ നീളുന്ന പത്തു കിലോമീറ്റർ ഉൾപ്പെടുന്നു. കുടിയേറ്റ കർഷകരാണ് പ്രധാന ജനവിഭാഗം. കർഷകരുടെ ജീവിതം ചന്തയുമായി ബന്ധപ്പെട്ടു കിട ക്കുന്നു. വിൽക്കലും വാങ്ങലും മറ്റ് വിനിമയങ്ങളും ചന്തയിലൂടെ. വന പ്രദേശങ്ങളിൽനിന്നും തലച്ചുമടായി വിഭവങ്ങൾ എത്തും. കാളവണ്ടി കളിലും ഒറ്റപ്പെട്ട ലോറികളിലും ചരക്കുകൾ എത്താൻ തുടങ്ങിയിരുന്നു.

1938-39 കാലത്ത് വെള്ളിയാഴ്ചയാണ് ചന്തദിവസം. അന്നാകെ കോലാഹലമായിരിക്കും. കല്ലറക്കാരുടെ ഉത്സവദിവസം. സമീപ പട്ടണ ങ്ങളിൽനിന്നും വ്യാപാരികൾ എത്തും. തദ്ദേശീയരായ പ്രമാണിമാരും വന്നെത്തുന്ന വ്യാപാരികളും തമ്മിൽ പ്രത്യേക തരം കൂട്ടുകെട്ട് രൂപപ്പെട്ടു. വ്യാപാരം വിപുലപ്പെട്ടതോടെ ഇടനിലക്കാരും അവരുടെ കങ്കാണിമാരും റൗഡി സംഘങ്ങളും രൂപപ്പെട്ടു. ഇവരെ സംരക്ഷിച്ചുകൊണ്ട് ഭരണകൂട സംവിധാനങ്ങളായ പൊലീസും ഉദ്യോഗസ്ഥരും നിലകൊണ്ടു. ഇവർ തമ്മിലുള്ള കൂട്ടുകെട്ട് സാധാരണക്കാരന് സ്പർശിക്കാനാവാത്ത വൻമതിലായി നിലകൊണ്ടു. കല്ലറ പ്രദേശത്തെ ലക്ഷണമൊത്ത ജന്മി മാരായിരുന്നു മങ്കൊമ്പ് സ്വാമിമാർ. സർ. സി പി യുടെ കാലത്ത് ദിവാൻ പേഷ്കാരായ (ചീഫ് സെക്രട്ടറി) നീലകണ്ഠ അയ്യർ മങ്കൊമ്പ് സ്വാമി യെന്നറിയപ്പെട്ട വെങ്കടേശ്വര ശർമ്മയുടെ ജ്യേഷ്ഠനായിരുന്നു.

ഇവർക്കു വേണ്ടി റോഡു വന്നു. മൃഗാശുപത്രി വന്നു. പോസ്റ്റാഫീസ് വന്നു. ഒപ്പം ദിവാൻ മുതൽ താഴോട്ടുള്ളവരുടെ രഹസ്യസുഖങ്ങൾക്കുള്ള താവളമായി ജന്മിഗൃഹവും. ഇതിനെല്ലാം സംരക്ഷണം നൽകാനെ ന്നോണം പാങ്ങോട് ഒരു പൊലീസ് ഔട്ട് പോസ്റ്റും. അന്ന് ചാർജിങ് പൊലീസ് സ്റ്റേഷൻ നെടുമങ്ങാട്ടായിരുന്നു. ജന്മിയുടെ തണലിൽ പൊലീസും ഉദ്യോഗസ്ഥരും സാധാരണ കർഷകരെ ചൂഷണം ചെയ്തു വന്നു. ചൂഷണത്തിന്റെ കേന്ദ്രം ചന്തയായിരുന്നു. ചന്ത സർക്കാർ നേരിട്ട് ലേലം ചെയ്തു നൽകും. ലേലം കൊള്ളുന്ന പ്രമാണി ചട്ടമ്പികളെ

നിർത്തി കടക്കാൾ പിരിക്കും. ഗേറ്റിലും ചന്തയ്ക്കുള്ളിലും വെവ്വേറെ പിരിവുകൾ. കൊള്ളപ്പിരിവും ഗുണ്ടായിസവും കർഷകർ നിശ്ശബ്ദം സഹിച്ചുപോന്നു.

## സാമൂഹ്യ ചിത്രം മാറുന്നു
## സ്റ്റേറ്റ് കോൺഗ്രസ് പ്രത്യക്ഷപ്പെടുന്നു

1934 ആകുന്നതോടെ കല്ലറയുടെ സാമൂഹ്യ ചിത്രം മാറി. പുറം ലോകവുമായി ബന്ധമുള്ളവരും വിദ്യാഭ്യാസം സിദ്ധിച്ചവരും പട്ടാള സേവനം കഴിഞ്ഞെത്തിയവരും അങ്ങിങ്ങു പ്രത്യക്ഷപ്പെട്ടു.

ജന്മിമാരുടെ മനുഷ്യത്വഹീനമായ നടപടികൾ ജനങ്ങൾ ചോദ്യം ചെയ്യാൻ തുടങ്ങി.

തിരുവനന്തപുരം കേന്ദ്രമാക്കി തിരുവിതാംകൂർ സ്റ്റേറ്റ് കോൺഗ്രസ് പിറന്നു.

കൊല്ലവർഷം 1112 മകരം 23 (എ ഡി 1936) കല്ലറ നിന്നും തിരുവനന്തപുരം ആയുർവേദകോളേജിൽ വൈദ്യം പഠിക്കാനെത്തിയ എൻ ചെല്ലപ്പൻ വൈദ്യൻ, സുഹൃത്ത് കഴക്കൂട്ടത്തുകാരനായ ലക്ഷ്മ ണൻ വൈദ്യൻ എന്നിവർ സ്റ്റേറ്റ് കോൺഗ്രസ് അംഗങ്ങളായി. ഖാദി ധാരണം, നൂൽനൂൽക്കൽ തുടങ്ങിയ ഗാന്ധിയൻ രീതികൾ പ്രചരിപ്പി ക്കാൻ ഇവർ മുൻകൈ എടുത്തു. ഏതാനുംപേർ സ്റ്റേറ്റ് കോൺഗ്രസ് അംഗങ്ങളായി. നഗരങ്ങളിലെ പ്രകടനങ്ങളിലും പ്രതിഷേധങ്ങളിലും പങ്കെടുത്ത അനുഭവമുള്ളവരുടെ എണ്ണം വർധിച്ചു.

സവിശേഷമായിരുന്നു ഇവരുടെ പ്രവർത്തനരീതി. വെള്ളിയാഴ്ച ചന്ത ദിവസം ശുഭ്രവസ്ത്രധാരികളായി (ഖാദി) ഗാന്ധിത്തൊപ്പിയും ധരിച്ച് ഒന്നിച്ചു കൂടും. റവന്യൂ അധികാരികളുടേയും പൊലീസിന്റെയും കണ്ണിലെ കരടായി ഇവർ. ചെറുയോഗങ്ങൾ തുടങ്ങി. ഉദ്യോഗസ്ഥരുടെ അഴിമതി യ്ക്കെതിരായും ദിവാൻ വാഴ്ചയ്ക്കെതിരായും പ്രസംഗങ്ങൾ ഉണ്ടായി. ജനങ്ങൾ പുതിയ ശബ്ദത്തിനു ചെവികൊടുത്തു. മങ്കൊമ്പ് സ്വാമിക്ക് അടങ്ങിയിരിക്കാനായില്ല. തണ്ടൻ കൃഷ്ണപിള്ള എന്ന സബ് ഇൻസ്പെ ക്ടറെ രംഗത്തിറക്കി. ചന്തയിലെത്തുന്ന പാവങ്ങളെ വിരട്ടലും കസ്റ്റഡി യിൽ എടുക്കലും പതിവായി.

## കല്ലറ ചന്തയിലെ പ്രതിഷേധം

നീതിമാനായ ഒരു വ്യാപാരിയുണ്ടായിരുന്നു കല്ലറയിൽ. പത്മനാഭ പിള്ള.

പാവങ്ങളെ തല്ലിയ തണ്ടൻ കൃഷ്ണപിള്ളയെ പത്മനാഭപിള്ള തിരിച്ചു തല്ലി. അതയാൾക്ക് വലിയ ക്ഷീണമായി. അതിനുപുറമെ സബ് ഇൻസ്പെക്ടർക്ക് എതിരായി കോടതിയിൽ സ്വകാര്യ അന്യായവും ഫയൽ ചെയ്തു. പക ഇരട്ടിക്കാൻ ഇതു കാരണമായി. അയാൾ അവസരം പാർത്തിരുന്നു. ചന്തയിലെ അമിതപിരിവിനെതിരെ സ്റ്റേറ്റ് കോൺഗ്രസ്

പത്മനാഭപിള്ള

പ്രവർത്തകർ ജനങ്ങളെ സംഘടിപ്പിച്ചു. ഇതോ ടെ പരിഭ്രാന്തരായ അധികാരികൾ കള്ളക്കേ സുകൾ രജിസ്റ്റർ ചെയ്തു. ക്ഷാമകാലമായ തിനാൽ മോഷണം പെരുകി. മോഷണക്കേ സുകളിൽ കോൺഗ്രസുകാരെ കുരുക്കി. ചന്ത നടയിലെ പ്രസംഗങ്ങൾ കേൾക്കാൻ എത്തുന്ന വരുടെ എണ്ണം കൂടിയതേയുള്ളൂ. റൗഡികളെ ഇറക്കി ചന്തയിൽ വരുന്നവരെ വിരട്ടി. റൗഡി കളുടെ അഴിഞ്ഞാട്ടവും ചന്ത കോൺട്രാ ക്ടറുടെ പിടിച്ചുപറിയും സഹിക്കാവുന്നതിനും അപ്പുറമായി. അക്കാലത്ത് ചന്ത കോൺട്രാക്ടർ അലിയാർകുഞ്ഞ് എന്നയാളായിരുന്നു. ഇക്കാലയളവിൽ ഇതേ പ്രശ്നത്തിന് ജനങ്ങൾ പ്രതിഷേധിച്ചു. ഗവൺമെന്റിനെതിരായ നികുതി നിഷേധ സമരങ്ങൾ ശക്തിപ്പെട്ട കാലമായിരുന്നു അത്. ന്യായമായ നികുതി മാത്രമെ വാങ്ങാവൂ എന്ന മുദ്രാവാക്യമാണ് സ്റ്റേറ്റ് കോൺഗ്രസ് ഉയർത്തിയത്. കോൺഗ്രസുകാർക്ക് ചെവി കൊടുക്കുകയോ അവരെ അനുസരിക്കുകയോ ചെയ്യുന്നവരെ പൊലീസും ഗുണ്ടകളും ഭീഷണി പ്പെടുത്തി. ഇത് ജനങ്ങളെ കൂടുതൽ രോഷാകുലരാക്കി. അമിത പിരി വിനെതിരെ കല്ലറ ചന്തയിൽ ചില ഏറ്റുമുട്ടലുകൾ നടന്നു. പൊലീസും ഗുണ്ടകളും കൈകോർത്ത് അതിനെ അടിച്ചമർത്തി. രഹസ്യയോഗങ്ങൾ, ലഘുലേഖകൾ, മുദ്രാവാക്യങ്ങൾ. അന്തരീക്ഷം ചൂടുപിടിച്ചു.    ചന്ത പിക്കറ്റ് ചെയ്യാൻ തീരുമാനമെടുത്തു. ചെറുത്തുനിൽപ്പ് ആയുധമെടുത്താ യാലും ഉണ്ടാകണമെന്ന ഉറച്ച തീരുമാനത്തിൽ ജനങ്ങളെത്തി. കോൺ ഗ്രസുകാരുടെ സമാധാനമാർഗം ജനങ്ങൾ വെടിഞ്ഞു. വലിയ തോതിൽ ആയുധശേഖരണം നടന്നു. കലാപത്തിന്റെ തീക്കനൽ ജ്വലിക്കാൻ തുടങ്ങി.

## ചന്തയിലെ സംഘട്ടനം

കൊല്ലവർഷം 1114 കന്നി 6 (1938),

അന്നു ചുമടുമായി എത്തിയത് പുരുഷന്മാ രായിരുന്നു. കരുതിക്കൂട്ടിത്തന്നെ ഗുണ്ടകളും തയാറെടുത്തുനിന്നു. പൊലീസുകാർ നെടുമങ്ങാ ട്ടു നിന്നും എത്തുമെന്നും പ്രതീക്ഷിച്ചു. ഔട്ട് പോസ്റ്റിലെ മൂന്ന് പൊലീസുകാർ രാവിലെ ചന്ത യിൽ എത്തി. തണ്ടൻ കൃഷ്ണനും ഏതാനും പൊലീസുകാരും പിറകെ എത്തി. കോൺഗ്രസു കാരുടെ രഹസ്യയോഗം അടുത്തൊരു വീട്ടിൽ

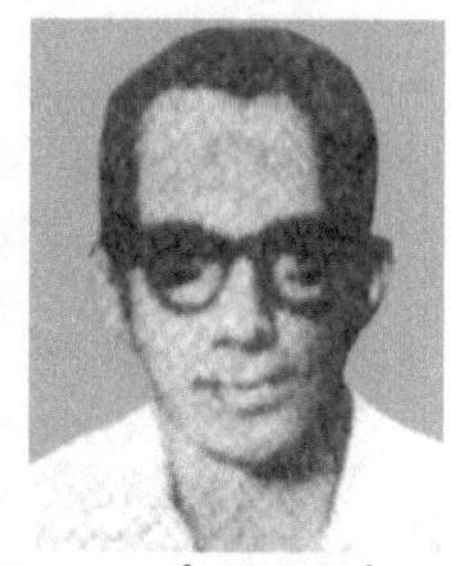

എൻ ചെല്ലപ്പൻ
വൈദ്യൻ

സംഘടിപ്പിച്ചിരുന്നു. വിവരം സിഐ ഡിമാർ വഴി അറിഞ്ഞ കൃഷ്ണപിള്ള യോഗം തല്ലിപ്പിരിച്ചു.

ഏതാനും കോൺഗ്രസുകാർ ചന്തവാതിൽക്കൽ മുദ്രാവാക്യം മുഴക്കി. അക്രമപ്പിരിവ് അവസാനിപ്പിക്കുക! ദിവാൻ ഭരണം തുലയട്ടെ!

അധിക പിരിവ് നൽകാൻ വിസമ്മതിച്ചവരെ പൊലീസും ഗുണ്ടകളും തല്ലി. നിശ്ചയിച്ചുറച്ച ജനക്കൂട്ടം തിരിച്ചടിച്ചു; അതിശക്തിയായി. നിലനഷ്ടപ്പെട്ട തണ്ടൻ കൃഷ്ണപിള്ളയും പൊലീസുകാരും ജീവനും കൊണ്ടോടി. അവർ മങ്കൊമ്പ് മഠത്തിൽ അഭയം തേടി. വിവേകശാലികൾ ആപത്തു മണത്തു. ശക്തമായ ആക്രമണം ഉണ്ടാകും. ചെറുത്തു നിൽക്കണം. സകലതും മറന്ന് ഒരുമിക്കണം, പോരാടണം. കോൺഗ്രസ് മുൻകൈ എടുക്കണം. ഇതായിരുന്നു ജനകീയ തീരുമാനം. തിരുവനന്ത പുരത്തും നെയ്യാറ്റിൻകരയിലും ചെങ്ങന്നൂരും ദിവാനെതിരെ ഉഗ്രൻ സമരങ്ങൾ നടന്നു. കോൺഗ്രസ് നേതാക്കൾ പലരും അഴിക്കുള്ളിലായി. കടയ്ക്കൽ ഇളകിമറിഞ്ഞു. ഉദ്യോഗസ്ഥരെ ആട്ടിയോടിച്ച് അവർ സർക്കാർ ഓഫീസുകൾക്കു മുകളിൽ ത്രിവർണ പതാക നാട്ടി. കന്നി പതിമൂന്നെത്തി. ചന്തദിവസം. മുൻകരുതൽ എടുത്തിരുന്നു. മുഴുവൻ കരുത്തന്മാരായ പ്രവർത്തകരും എത്തിച്ചേർന്നു; ഗുണ്ടകളും. നെടുമ ങ്ങാട്ടുനിന്നും തിരുവനന്തപുരത്തുനിന്നും വൻ പൊലീസ് സേന എത്തു മെന്ന് അറിയിപ്പുണ്ടായി. കാരേറ്റു മുതൽ കല്ലറ വരെ പാതയ്ക്കിരുവ ശത്തും ഗറില്ലകളെപ്പോലെ ജനങ്ങൾ കുറ്റിക്കാടുകളിൽ ഒളിച്ചിരുന്നു. പൊലീസുകാരെയും കാത്ത്. പക്ഷെ, പൊലീസ് എത്തിയില്ല. ചന്തയിൽ ഏറ്റുമുട്ടൽ തുടങ്ങി. തോറ്റോടിയ പൊലീസുകാരെ ജനം പൊതിരെ തല്ലി. തിരിച്ചടി പ്രതീക്ഷിച്ച് ജനം കാത്തിരുന്നു.

സമയം മൂന്നുമണി.

## പൊലീസ് ഭീകരത

ഒരു വണ്ടി പൊലീസ് കല്ലറ കവലയിൽ ഇറങ്ങി. കവല ശൂന്യം. കടകൾ അടഞ്ഞു കിടന്നു. അവർ പാങ്ങോട്ടേയ്ക്കു നീങ്ങി. വലിയൊരു സംഘം പൊലീസ് വേട്ടയ്ക്കിറങ്ങുമെന്ന ഭീതി എങ്ങും പരന്നു. ആലോ ചനകൾ നടന്നു. ചെറുത്തു നിൽപ്പല്ലാതെ മറ്റു മാർഗങ്ങളില്ല. പൊലീസുകാർ രക്ഷപ്പെടരുത്. വൻമരങ്ങൾ മുറിച്ചിട്ടും കൂറ്റൻ പാറകൾ ഉരുട്ടിയിട്ടും കാരേറ്റു മുതൽ കല്ലറ വരെയുള്ള റോഡികൾ അവർ അടച്ചു. പൊലീസിനെ കണ്ട് ഭയന്ന് വയലിലേക്കോടിയ കൊച്ചപ്പിപ്പിള്ള എന്ന യുവാവിനെ പോലീസ് വളഞ്ഞിട്ടു പിടിച്ചു. ഇയാൾക്ക് സമരവുമായി യാതൊരു ബന്ധവും ഉണ്ടായിരുന്നില്ല. നാട്ടുകാരുടെ പ്രിയങ്കരനായ കൊച്ചപ്പിപിള്ളയെ പിടിച്ചുകൊണ്ടുപോയ വിവരം കാട്ടുതീപോലെ പടർന്നു. കോൺഗ്രസുകാർ വിവരമറിഞ്ഞു. കൊച്ചപ്പിപ്പിള്ളയെ കൊന്നു

കാണുമെന്ന കിംവദന്തി പരന്നു. അന്നുരാത്രി തന്നെ കണ്ട് പൊലീസ് സ്റ്റേഷൻ ആക്രമിക്കണമെന്ന അഭിപ്രായം ഉയർന്നു. ഒടുവിൽ പുലരു മ്പോൾ കൊച്ചപ്പിപ്പിള്ളയെ വിട്ടുകിട്ടാനായി ചെല്ലപ്പൻ വൈദ്യരുടെ നേതൃത്വത്തിൽ സ്റ്റേഷനു മുമ്പിൽ സത്യഗ്രഹമിരിക്കാൻ തീരുമാനിച്ചു.

അന്നു രാത്രി ആരും ഉറങ്ങിയില്ല. ബലപരീക്ഷണത്തിനുള്ള തയാ റെടുപ്പുകൾ നടന്നു. കണ്ട് പൊലീസ് സ്റ്റേഷൻ ആക്രമിക്കപ്പെട്ടേക്കു മെന്നറിഞ്ഞ് ഉസ്മാൻഖാനെന്ന സബ് ഇൻസ്പെക്ടറും പൊലീസുകാരും ജാഗരൂകരായി. ഭയം അവരെയും പിടികൂടി. അഗ്നിപർവതം പൊട്ടും. പാവം കൊച്ചപ്പിപ്പിള്ള മർദനമേറ്റ് തകർന്ന ശരീരവുമായി തണുത്ത് വിറച്ച് തറയിൽ കിടക്കുകയായിരുന്നു. പൊലീസുകാർക്ക് കുടിവെള്ളവും ആഹാ രവും ലഭിച്ചിരുന്നില്ല. പുറത്തിറങ്ങാൻ ധൈര്യവും വന്നില്ല. പിടികിട്ടിയ വനെ വിടാനും വിടാതിരിക്കാനും കഴിയാത്ത അവസ്ഥ.

ആയുധശേഖരം നടക്കുന്നു. തോക്കുകൾ സംഘടിപ്പിക്കുന്നു. ആളു കൾ അടക്കം പറയുന്നു. നിഴലുകൾ അങ്ങോട്ടുമിങ്ങോട്ടും ചലിക്കുന്നു. കുറുക്കന്മാർ ഓരിയിട്ടു. കാലൻകോഴികളും കൂമന്മാരും നിർത്താതെ കൂകി. ഇരുട്ടിന്റെ ഹൃദയത്തിൽ അരൂപിയായ ഭയം കനപ്പെട്ടു.

## കലാപം പൊട്ടിപ്പുറപ്പെടുന്നു

1114 കന്നി 14 (1938)

സംത്രാസത്തിന്റെ നിമിഷങ്ങൾ. ജനങ്ങളുടെ ആക്രമണം പ്രതീ ക്ഷിച്ച് ഭയന്നുവിറച്ച് ഉസ്മാൻഖാന്റെ നേതൃത്വത്തിൽ പൊലീസുകാർ. തലസ്ഥാനത്ത് വിവരമറിയിക്കാൻ സംവിധാനമില്ല. മർദന വടുക്കളുമായി തണുത്തുവിറച്ച് കൊച്ചപ്പിപ്പിള്ള. അദ്ദേഹത്തെ പൊലീസ് കൊന്ന് മറവുചെയ്തിട്ടുണ്ടാവുമെന്ന കിംവദന്തിയിൽ ഉൽക്കണ്ഠാകുലരായി ആയിരങ്ങൾ പുലർച്ചയ്ക്കുതന്നെ കല്ലറയിൽ എത്തി. ഒടുവിൽ ആ വാർത്ത എത്തി. കൊച്ചപ്പിപ്പിള്ള മരിച്ചിട്ടില്ല. അവശനായി കിടക്കുന്നു.

## പട്ടാളംകൃഷ്ണന്റെ ദൂത്

മഹാഭാരത യുദ്ധത്തിൽ സമാധാനദൂതുമായി കൃഷ്ണൻ എത്തി യതുപോലെ ഇവിടെയും ഒരു കൃഷ്ണൻ അവതരിച്ചു. പട്ടാളം കൃഷ്ണൻ. ഇന്ത്യൻ പട്ടാളസേവനശേഷം സിങ്കപ്പൂർവാസവും കഴിഞ്ഞെ ത്തിയ പൊതുസമ്മതൻ. വിവിധ ഭാഷകൾ സംസാരിക്കും. കൃഷ്ണന്റെ ജനപ്രിയതയിലും സൗന്ദര്യത്തിലും സമ്പന്നതയിലും വെങ്കിടേശ്വര ശർമ്മ യ്ക്ക് കടുത്ത അസൂയ നിലനിന്നിരുന്നു. മാംവരെ ഒന്നു വരണമെന്ന ശർമ്മയുടെ ക്ഷണം "എനിക്കു സ്വാമിയെ കാണേണ്ട കാര്യം ഇല്ല" എന്നു പറഞ്ഞ് കൃഷ്ണൻ നിഷേധിച്ചിരുന്നു. അതിൽ ശർമ്മയ്ക്ക് പക ഇരട്ടിച്ചു. കൊച്ചപ്പിപ്പിള്ളയെ ഇറക്കാൻ പൊലീസ് സ്റ്റേഷനിലേക്ക്

പാങ്ങോട് പൊലീസ് സ്റ്റേഷൻ

പോകാൻ കൃഷ്ണൻ സമ്മതിച്ചു. യാത്രയാകുംമുമ്പ് പട്ടാളംകൃഷ്ണൻ നാട്ടുകാരോട് പറഞ്ഞു: "നാട്ടിൽ രൂപപ്പെടുന്ന കൊടുങ്കാറ്റിനെപ്പറ്റി പൊലീ സുകാരെ ധരിപ്പിക്കും. കൊച്ചപ്പിപ്പിള്ളയെ മോചിപ്പിക്കും. നിങ്ങൾ ശാന്ത രായിരിക്കണം. ഏറ്റുമുട്ടലിലേക്കു നീങ്ങരുത്."

പട്ടാളംകൃഷ്ണന്റെ ദൂതിന് ഫലം സിദ്ധിച്ചു. അയാൾ ആദരവോടെ സ്വീകരിക്കപ്പെട്ടു. പറ്റിപ്പോയ പോരായ്മകൾ ഉസ്മാൻ ഏറ്റുപറഞ്ഞു. നാട്ടുകാരെ സമാധാനിപ്പിക്കാമെന്നേറ്റ കൃഷ്ണൻ പൊലീസുകാർക്ക് ആഹാരവും ബീഡിയും എത്തിച്ചു. കൊച്ചപ്പിപ്പിള്ളയുമായി പുറത്തിറങ്ങി. കൃഷ്ണന്റെ മുമ്പിൽ അയാൾ വിങ്ങിപ്പൊട്ടി. പുറത്ത് തടിച്ചുകൂടിയ ജന ങ്ങളെ കണ്ടപ്പോൾ കരച്ചിൽ കൂടി.ജനക്കൂട്ടം കൂടുതൽ രോഷാകുലരായി. കല്ലറയിൽ കൂടിയ ജനങ്ങൾ പിരിഞ്ഞിട്ടുണ്ടാവുമെന്നാണ് കൃഷ്ണൻ കരുതിയത്. പക്ഷെ മറിച്ചായിരുന്നു സംഭവിച്ചത്. സമാധാനമാർഗം ഉപ ദേശിച്ച കൃഷ്ണന്റെ വാക്കുകൾ പാഴായി. ജനങ്ങൾ അയാളെ കൈ വിട്ടു.അയാൾ മറ്റേതോ വഴിക്കു പിരിഞ്ഞു. ജനക്കൂട്ടം കൊച്ചപ്പിപ്പി ള്ളയെയും കൂട്ടി കല്ലറയിലേക്കു നീങ്ങി. വഴിയിൽ കണ്ടവരെല്ലാം ഒപ്പം കൂടി. പ്രതികാരം ചെയ്യാതടങ്ങില്ലെന്ന അഭിപ്രായം ശക്തമായി. സി പി യുടെ പെട്ടികളെ നാടുവിടുക! അവർ ആർത്തു വിളിച്ചു കല്ലറയിലേക്കു നീങ്ങി. ഈ സമയത്ത് കല്ലറ സംഘർഷഭരിതമായിരുന്നു. മുദ്രാവാക്യ ങ്ങളും ആക്രോശങ്ങളും ഉയർന്നു. ചില കോൺഗ്രസുകാർ രംഗ ത്തുണ്ടായി. അവർ സമാധാനശ്രമങ്ങളിലാണ്.

## പൊലീസുകാരൻ കൊല്ലപ്പെടുന്നു

പട്ടാളംകൃഷ്ണൻ കൊച്ചപ്പിപ്പിള്ളയെ മോചിപ്പിക്കുന്ന സമയം കല്ലറയിൽ ഒരു പൊലീസുകാരൻ കുത്തേറ്റു മരിച്ചിരുന്നു. അതിന്റെ കഥ ഇങ്ങനെ

ഉച്ചയ്ക്ക് 12 മണി.

വഴിയിൽ മുറിച്ചിട്ട മരങ്ങളും ഉരുട്ടിയിട്ട കൂറ്റൻ പാറകളും നീക്കുന്ന തിനെത്തിയ സംഘവും അവർക്ക് അകമ്പടി വന്ന പൊലീസും ഒരു ലോറി യിലും ജീപ്പിലുമായി കല്ലറയിൽ എത്തിച്ചേർന്നു. കൊച്ചപ്പിപ്പിള്ളയെ മർദിച്ചതറിഞ്ഞ് ക്രോധാകുലരായ ആൾക്കൂട്ടത്തിനിടയിലാണ് അവർ ചെന്നുപെട്ടത്. ആൾക്കൂട്ടം വണ്ടി തടഞ്ഞു. നീട്ടിപ്പിടിച്ച റിവോൾവറുമായി ഒരു മഫ്ടി പൊലീസ് ജീപ്പിൽ നിന്നും ചാടിയിറങ്ങി. കാഞ്ചി വലിക്കാൻ തുടങ്ങുന്നതിനുമുമ്പ് ഒരു പൊലീസുകാരൻ കുത്തേറ്റു വീണു. അബ്ദുൽ ലത്തീഫ് എന്ന യുവാവായിരുന്നു കുത്തിയത്. കുത്തേറ്റുവീണത് കുഞ്ഞുകൃഷ്ണപിള്ള എന്ന പൊലീസുകാരനും. ജനങ്ങൾ ലോറിയും ജീപ്പും തീയിട്ടു. കുത്തേറ്റ് ചോരയൊലിപ്പിച്ച് കിടന്നയാളെ കടത്തിണ്ണയി ലേക്കു മാറ്റി. അയാൾ വെള്ളത്തിനുവേണ്ടി കേണു. ഈ രംഗത്തേക്കാണ് കൊച്ചപ്പിപ്പിള്ളയെ ആനയിച്ചുകൊണ്ട് പാങ്ങൊട്ടുനിന്നുള്ള സംഘം എത്തിച്ചേരുന്നത്. പിള്ളയുടെ സാന്നിധ്യം ജനങ്ങളെ വികാരം കൊള്ളി ച്ചു. കുത്തേറ്റു കിടക്കുന്ന പൊലീസുകാരനെ കണ്ട പിള്ള തലേദിവസ ത്തെ മർദനം ഓർത്തു. സമനില തെറ്റിയപോലെ കാണപ്പെട്ട അയാൾ പൊലീസുകാരനു നേരെ പാഞ്ഞു. അടുത്തു കിടന്ന പിക്കാസ് എടുത്ത് ആഞ്ഞു വെട്ടി. ജനക്കൂട്ടത്തിനൊപ്പം ചേർന്ന് അയാൾ മുദ്രാവാക്യം വിളി ക്കാൻ തുടങ്ങി. ജനക്കൂട്ടം നിയന്ത്രണാതീതമായി. ചെല്ലപ്പൻ വൈദ്യൻ തുടങ്ങിയ നേതാക്കൾ സ്ഥലത്തുണ്ട്. ആയുധങ്ങളുമായി ആളുകൾ എത്തിക്കൊണ്ടിരുന്നു. കലാപം തുടങ്ങിക്കഴിഞ്ഞു. ഏവരിലും വീറും വാശിയും നിറഞ്ഞു. ജനകീയ കലാപത്തിന്റെ ശക്തി വേറൊന്നാണ്.

പ്രകടനം തുടങ്ങി.


## പൊലീസ് ഔട്ട്പോസ്റ്റ് ആക്രമിക്കുന്നു

മുൻ നിരയിൽ നിന്നു നോക്കിയാൽ കാണാനാകാത്തവിധം നീണ്ടു പോകുന്ന പിൻനിര. ആറായിരത്തിനും എണ്ണായിരത്തിനും ഇടയ്ക്കാ ളുകൾ. പ്രകടനം പാങ്ങോട് സ്റ്റേഷനു മുന്നിലെത്തി. പ്രകടനത്തിനു പൊതുനേതൃത്വമില്ല. ഓരോരുത്തരും അവരവരുടെ നേതാക്കൾ. പൊലീസ് തോക്കുംചൂണ്ടി നിലകൊണ്ടു. സമാധാനത്തിനായി എൻ സി വൈദ്യൻ പൊലീസുകാരുമായി സംസാരിച്ചു. പക്ഷെ, ആക്രമണം തുട ങ്ങിക്കഴിഞ്ഞു. കല്ലേറ് പെരുമഴപോലെ. ഔട്ട്പോസ്റ്റിന്റെ ഓടുകൾ തകർന്നു. ആളുകൾ കയ്യാല കടന്ന് ഉള്ളിലെത്തി. പോലീസ് വെടിവയ്പ്

തുടങ്ങി. ഇരുപക്ഷത്തും തോക്കുകൾ ഗർജിച്ചു. വെടിമരുന്നിന്റെയും കരിഞ്ഞ ചോരയുടെയും മണം പരന്നു. മൺമതിൽ തുറന്ന് അതിലൂടെ തോക്കു കയറ്റി ചിലർ സ്റ്റേഷനിലുള്ളിലേക്ക് വെടിവച്ചു. കാട്ടിനുള്ളിൽ നിന്നും മരത്തിനു മുകളിൽനിന്നും നാടൻ തോക്കുകൾ ഉന്നംപിടിച്ചു.

"സി പി യുടെ പട്ടികളെ വെടിവയ്ക്കെടോ" എന്നാക്രോശിച്ച് എത്തിയ പ്രാക്കീഴ് കൃഷ്ണപിള്ള വെടിയേറ്റു വീണു. കൊച്ചുനാരായ ണൻ ആശാരി എന്ന യുവാവും പോർക്കളത്തിൽ വീണു.

പോരാട്ടം അഞ്ചു മണിക്കൂറോളം നീണ്ടു. സാധാരണ മനുഷ്യർ നടത്തിയ അസാമാന്യ ധീരതയോടുള്ള പോരാട്ടം. ആത്മാഭിമാനത്തിനും സ്വാതന്ത്ര്യത്തിനുമായുള്ള പോരാട്ടം. രണ്ടുഭാഗത്തും പരിക്കുണ്ടായി. രണ്ടുപക്ഷവും ക്ഷീണിതരായി. മൂന്നു പൊലീസുകാർ കൊല്ലപ്പെട്ടു വെന്നും ആ വിവരം പരാജയഭീതിയാൽ സി പി പുറത്തു വിടാത്തതാ ണെന്നും അഭിപ്രായമുണ്ട്. നൂറുകണക്കിന് ആളുകൾക്ക് പരിക്കേറ്റു. ആളുകൾ ഒളിവിൽ പോയി. അനേകം പൊലീസ് വണ്ടികൾ വന്നെത്തി. മൃതദേഹങ്ങൾ പൊലീസിന് കിട്ടിയില്ല. പോരാട്ടത്തിനുശേഷം പൊലീസുകാർ സ്റ്റേഷൻ വിട്ട തഞ്ചംനോക്കി ഗോപാലൻ എന്ന പോരാളി യൂണിഫാം ഇട്ട് സ്റ്റേഷൻ നടയിൽ കഴുകുത്തി മരണപ്പെട്ട രണ്ടുപേരെയും പൊലീസ് സ്റ്റേഷൻ വളപ്പിൽ കുഴിച്ചിട്ടു.

## ആക്രമണത്തിനുശേഷം

പൊലീസ് നരനായാട്ട് തുടങ്ങി. ഗുണ്ടകളും രഹസ്യപ്പൊലീസും കല്ലറ അടക്കിവാണു. വീടുകൾ കൊള്ളയടിക്കപ്പെട്ടു. കുതിരപ്പട്ടാളമിറങ്ങി. ഈ അവസരം നോക്കി കള്ളക്കേസിൽ കുടുക്കി പാവങ്ങളുടെ വസ്തു വകകൾ ഒറ്റുകാർ കൈവശപ്പെടുത്തി. നാലുപേർ പൊലീസ് മർദനത്തിൽ കൊല്ലപ്പെട്ടു. അഞ്ചുതെങ്ങ്, തമിഴ്നാട്, ശ്രീലങ്ക തുടങ്ങിയ സ്ഥലങ്ങളി ലേക്ക് ആളുകൾ പലായനം ചെയ്തു. പ്രതികളുടെ സ്വത്ത് പൊലീസ് കണ്ടുകെട്ടി.

## പ്രതികൾ, കേസ്, വിധി

കൊല്ലവർഷം 1114 (1938) തുലാം 19ന് നെടുമങ്ങാട് കോടതിയിൽ റിപ്പോർട്ടു നൽകി. 40 പ്രതികളുടെ പേരും 3000 കണ്ടാലറിയാവുന്നവരുടെ പേരും അതിലുണ്ടായിരുന്നു.

"തിരുവിതാംകൂർ സ്റ്റേറ്റ് കോൺഗ്രസുകാരുടെ അക്രമപരവും വ്യാജവുമായ പ്രചാരവേലകളാലും പ്രേരണകളാലും ക്ഷോഭിച്ച് പ്രതികളും മറ്റുള്ളവരും സംഘം ചേർന്ന് പൊലീസുകാരെ ആക്രമിച്ചു വെന്നും കൊലപ്പെടുത്തിയെന്നും" മറ്റും കാണിച്ചായിരുന്നു കേസ്. കൊച്ച പ്പിപ്പിള്ളയായിരുന്നു ഒന്നാം പ്രതി. പട്ടാളം കൃഷ്ണൻ രണ്ടാം പ്രതി.

മർദനം ഏൽക്കെ കൊച്ചപ്പിപ്പിള്ള കൂടുതൽ കരുത്തനായി. കൃഷ്ണൻ ആകെ തകർന്നു. മങ്കൊമ്പു സ്വാമിയെ സമീപിച്ച കൃഷ്ണനെ അയാൾ ഒറ്റുകൊടുത്താണ് പിടിപ്പിച്ചത്.

വാമനപുരം ക്യാമ്പിൽനിന്നും പ്രതികളെ ജയിലിലേക്കു മാറ്റി. അന്ന് കോൺഗ്രസ് നേതാക്കൾ പലരും ജയിലിലായിരുന്നു. നെടുനാളത്തെ ലോക്കപ്പ് വാസത്തിനുശേഷമാണ് പ്രതികളെ ജയിലിലേക്കു മാറ്റിയത്. സെഷൻസ് കോടതിയിൽ കേസ് വാദം കേട്ടു. കൊച്ചപ്പിപ്പിള്ളയേയും പട്ടാളം കൃഷ്ണനെയും തൂക്കിക്കൊല്ലാൻ വിധിച്ചു. മറ്റുള്ളവർക്ക് മൂന്നു വർഷം മുതൽ ജീവപര്യന്തം വരെ ശിക്ഷ വിധിച്ചു. വിധികേട്ട കൊച്ചപ്പി പ്പിള്ള പറഞ്ഞു: 'ഇതു നീതിയല്ല, ഈ ശിക്ഷാവിധി കള്ളമാണ്.' അയാൾ ജഡ്ജിയെ നോക്കി അലറി:

"എടാ പച്ച മനുഷ്യനെ തിന്നുന്നവനെ, നിന്റെ മുകളിൽ മറ്റൊരു കോടതിയുണ്ട്. അവിടെ ന്യായാധിപൻ ഉണ്ടെങ്കിൽ ഞങ്ങളെ കൊല്ലില്ല."

പക്ഷെ കേസ് ഹൈക്കോടതിയിലെത്തിയപ്പോൾ സെഷൻസ് കോടതിയിലെ ജഡ്ജി എബ്രഹാം തന്നെ പ്രൊമോഷനായി ഹൈക്കോ ടതിയിൽ എത്തിയിരുന്നു. അയാൾ അപ്പീലിന്മേൽ വിധി പറഞ്ഞു: "തൂക്കി ക്കൊല ശരിവച്ചിരിക്കുന്നു."

കൊച്ചപ്പിപ്പിള്ള വിധികേട്ട് അലറി.

"നിരപരാധികളായ ഞങ്ങളെ തൂക്കിക്കൊന്നെന്നു കരുതി ദിവാൻ ഭരണം നിലനിൽക്കാൻ പോകുന്നില്ല. താനും തന്റെ യജമാനനും ജന ങ്ങൾക്കുമുന്നിൽ കുറ്റവാളികളാകും. സി പി യുടെ പട്ടീ........." അന്ന് പൂജ പ്പുര ജയിലിൽ പ്രധാന നേതാക്കൾ എല്ലാം ഉണ്ടായിരുന്നു. ജയിൽ തകർത്ത് കൊച്ചപ്പിപ്പിള്ളയെയും കൃഷ്ണനെയും രക്ഷപ്പെടുത്താൻ തട വുകാർ പദ്ധതിയിട്ടു. ജയിൽഭിത്തി തുരന്നു. പക്ഷെ, സി പി യുടെ ജയിൽ സന്ദർശനമുണ്ടാക്കിയ പ്രതിഷേധത്തെ തുടർന്നു നേതാക്കളെയും തട വുകാരെയും മറ്റ് ജയിലുകളിലേക്ക് മാറ്റിയതിനെതുടർന്ന് പദ്ധതി വിജ യിച്ചില്ല.

## തൂക്കിലേറ്റുന്നു

കൊല്ലവർഷം 3.5.1116ന് പുലർച്ചയ്ക്ക് കൊച്ചപ്പിപ്പിള്ളയെയും 4–5–1116ന് കല്ലറ കൃഷ്ണനെയും തൂക്കിലേറ്റി.

ജയിലിൽ തന്നെ സന്ദർശിച്ച തടവുകാരനായ ജമാൽ ലബ്ബയോട് കൊച്ചപ്പിപ്പിള്ള പറഞ്ഞത്രെ: "ജമാലേ എനിക്കശേഷം ഭയമില്ല. നിങ്ങൾ നാട്ടുകാരോട് പറയണം ഞങ്ങൾ ധീരതയോടെ തന്നെ കൊലക്കയറിൽ ഏറിയെന്ന്. നോക്കിക്കോ, ഈ ഭീകര ഭരണത്തിന് തിരുവിതാംകൂർ ജനത പകരം വീട്ടും."

രാധാകൃഷ്ണൻ ചെറുവല്ലി, ടി എ രാജശേഖരൻ, രാജശശി കെ

## പിൻകുറിപ്പ്

പാങ്ങോട് വെടിയേറ്റ് വീണ ധീരരുടെ കുഴിമാടത്തിൽ പൊലീസു കാരാരോ കുറെ റോസാചെടികൾ നട്ടു. അത് ഓരോരോ ശാഖകളായി പടർന്നു. അസാധാരണ വലിപ്പത്തിലുള്ള കടും ചുവപ്പുപൂക്കൾ വിടർന്നു. സ്വാതന്ത്ര്യത്തിന്റെ പൂക്കൾ, ചുവന്ന പൂക്കൾ. സമരനായകരിൽ പലരും പിൽക്കാലത്ത് കമ്യൂണിസ്റ്റ് പാർട്ടി നേതാക്കളായി. അതിൽ എടുത്തു പറയേണ്ട പേരാണ് ശ്രീ. എൻ ചെല്ലപ്പൻ വൈദ്യൻ എന്ന എൻ സി വൈദ്യൻ.

സ്വാതന്ത്ര്യത്തിനുവേണ്ടി എത്രയെത്ര അറിയപ്പെടാത്തവർ!

**2**

---

# മലബാർ കലാപം 1921

മാപ്പിള പോരാളികൾ

**മൈ**സൂർ സുൽത്താന്മാരെ പരാജയപ്പെടുത്തി കമ്പനി ഭരണം സ്ഥാപിക്കപ്പെട്ടതോടെ മലബാറിൽ ജന്മിവാഴ്ചയ്ക്ക് പുതുജീവൻ വന്നു. ബ്രിട്ടീഷുകാർ പുതിയ റവന്യൂ പരിഷ്കാരം കൊണ്ടുവന്നു. ജന്മിമാരെ ഉടമകളായും കുടിയാന്മാരെ പാട്ടക്കാരായും നിശ്ചയിച്ചപ്പോൾ പരമ്പരാ ഗതമായി പങ്കു ലഭിച്ചിരുന്നവരെ പൂർണമായും ഒഴിവാക്കി. കുടിയെ ഴിപ്പിക്കാനും പാട്ടം വർധിപ്പിക്കാനും ജന്മികൾക്ക് അധികാരം ലഭിച്ചു. കുടി യൊഴിപ്പിക്കപ്പെട്ടവരിൽ ഏറെയും മുസ്ലീങ്ങളായിരുന്നു. ഏറനാട്ടിലും വള്ളുവനാട്ടിലും കാർഷിക ബന്ധം ഉണ്ടായിരുന്ന മുസ്ലീങ്ങളായിരുന്നു പുതിയ നിയമംകൊണ്ട് കഷ്ടത്തിലായത്. കുടിയൊഴിപ്പിക്കപ്പെട്ടവർക്ക്

വേണ്ടത്ര നഷ്ടപരിഹാരം നൽകിയില്ല. പാട്ടം 30 ശതമാനം മുതൽ 40 ശതമാനം വരെ ഉയർത്തി. തടി, ഉപ്പ്, പുകയില എന്നിവയുടെ വ്യാപാര കുത്തക കമ്പനി ഏറ്റെടുത്തു. വീട്, കട, കടത്തുവഞ്ചി ഉൾപ്പെടെ 50 ഇനങ്ങൾക്ക് നികുതി ചുമത്തി. ഇത് ജനങ്ങൾക്ക് താങ്ങാനാവില്ല എന്നു കാണിച്ച് അസിസ്റ്റന്റ് കളക്ടർ ബാബർ കമ്പനിക്ക് എഴുതി. കമ്പനി ഇതൊന്നും ചെവിക്കൊണ്ടില്ല. 1836 മുതൽ തുടങ്ങിയ ലഹള 1849ലെ മഞ്ചേരി കലാപത്തോടെ തീവ്രമായി. ഹസ്സൻ മൊയ്തീൻ കുരിക്കളുടെ നേതൃത്വത്തിലായിരുന്നു മഞ്ചേരി കലാപം. അദ്ദേഹം കളരി കുരിക്കളാ യിരുന്നു. അഴിമതിക്കാരെ എതിർത്തതിന്റെ പേരിൽ കളരി വിലക്കി. കള്ളക്കേസിൽ അറസ്റ്റ് ചെയ്യാൻ നോക്കി. അദ്ദേഹം രക്ഷപ്പെട്ടു. 1849 ആഗസ്റ്റ് 26 ന് ജന്മിയും പലിശക്കാരനുമായ ഒരു നമ്പൂതിരിയെ കുരിക്കളും സംഘവും ആക്രമിച്ചു. പട്ടാളക്കാരുമായി ഏറ്റുമുട്ടി. ഒരാഫീസറും നാല് പട്ടാളക്കാരും കൊല്ലപ്പെട്ടു. കുരിക്കളും സംഘവും പൊരുതിമരിച്ചു. 1840 നും 52 നും ഇടയ്ക്ക് 14 ലഹളകൾ പൊട്ടിപ്പുറപ്പെട്ടു. 1854 ൽ 'മാപ്പിള ഔട്രേജിയസ്' നിയമം പാസാക്കി. മമ്പുറം സയ്യിദ് ഫാസിൽ തങ്ങളുടെ ചിന്തകളാണ് കലാപത്തിനു പിന്നിലെന്നുകണ്ട് അദ്ദേഹത്തെ അറേബ്യ യിലേക്ക് നാടുകടത്തി. കലാപങ്ങളെക്കുറിച്ച് അന്വേഷിച്ച എച്ച് പി കൊനോലി മതഭ്രാന്താണ് കലാപങ്ങൾക്ക് കാരണമെന്നാണ് കണ്ടെത്തി യത്. അതിന്നെത്തുടർന്നാണ് തങ്ങൾക്കുനേരെ തിരിഞ്ഞത്. 'മാപ്പിള ഔട്രേ ജിയസ്' നിയമം നടപ്പാക്കാൻ 1854 ന് സൈന്യം നാട്ടിൽ പര്യടനം നടത്തി. 1855 സെപ്തംബർ 11 ന് മമ്പുറം തങ്ങളെ നാടുകടത്തിയതിൽ പ്രതിഷേധിച്ച് കൊനോലിയെ കൊലപ്പെടുത്തി. 1854 നും 1885 നും ഇടയിൽ 14 കലാപങ്ങൾ പൊട്ടിപ്പുറപ്പെട്ടു.

മലബാറിലെ കർഷകരുടെ പ്രശ്നങ്ങൾ പഠിക്കാൻ ജില്ലാ കളക്ടറാ യിരുന്ന വില്യം ലോഗനെ 1881 ഫെബ്രുവരിയിൽ മദ്രാസ് സർക്കാർ ചുമതലപ്പെടുത്തി. ലോഗൻ ജന്മിമാരുടെ പ്രവർത്തനങ്ങൾ നിയന്ത്രിക്കാൻ നിർദേശങ്ങൾ മുന്നോട്ടുവച്ചു. അദ്ദേഹത്തിന്റെ നിർദേശങ്ങൾ പുരോഗമ നപരവും നീതിബോധം പ്രകടിപ്പിക്കുന്നതുമായിരുന്നു. ലോഗന്റെ നിർദേ ശത്തെത്തുടർന്ന് സർക്കാർ 1887 ൽ നഷ്ടപരിഹാരനിയമം പാസാക്കി. ഇതനുസരിച്ച് കുടിയൊഴിപ്പിച്ചാൽ കുടിയാൻ ഭൂമിയിൽ വരുത്തിയ എല്ലാ 'ചമയങ്ങൾ'ക്കും ജന്മി കമ്പോളവില നൽകണം. ശുപാർശകൾ ശുഷ്കാ ന്തിയോടെ നടപ്പാക്കപ്പെട്ടില്ല. 1826 നും 1919 നും ഇടയിൽ ആകെ 32 ലഹളകൾ നടന്നു. ലഹളയിൽ പങ്കെടുത്തവരിൽ ഭൂരിപക്ഷംപേരും ചെറുപ്പക്കാരായിരുന്നു. ഇവർ ഗ്രാമീണ ദരിദ്രരോ തൊഴിലാളികളോ കുടിയാന്മാരോ ചെറുകിട കച്ചവടക്കാരോ ആയിരുന്നു. കലാപത്തിൽ നേരിട്ട് പങ്കെടുത്ത 351 പേരിൽ 322 പേരും മരിച്ചു. ബ്രിട്ടീഷുകാർ ഇതിനെ മുസ്ലിം കലാപമാക്കി മാറ്റാനാണ് ശ്രമിച്ചത്. ബ്രിട്ടീഷുകാർക്കും ജന്മിമാർക്കും എതിരായിട്ടായിരുന്നു കലാപം. മുസ്ലിം പ്രമാണിമാരും വൻകിട കച്ചവടക്കാരും ജന്മിമാരും കലാപത്തിൽ പങ്കെടുത്തില്ല എന്ന

വസ്തുത ശ്രദ്ധേയമാണ്.

1919-ഓടെ മലബാറിന്റെ രാഷ്ട്രീയ അന്തരീക്ഷം മാറി. 1916-ലെ ഹോം റൂൾ പ്രസ്ഥാനത്തോടെ മലബാറിൽ ദേശീയ പ്രസ്ഥാനത്തിന് ജീവൻ വച്ചു തുടങ്ങിയിരുന്നു. മാപ്പിള കരിനിയമങ്ങൾ പിൻവലിക്കാൻ കോൺ ഗ്രസ് പ്രമേയങ്ങൾ പാസാക്കി. 1920ലെ മലബാർ കോൺഗ്രസ് ജില്ലാ സമ്മേളനത്തിൽ നിസ്സഹകരണ സമരത്തിനും ഖിലാഫത്ത് പ്രസ്ഥാന ത്തിനും പിന്തുണ പ്രഖ്യാപിച്ചു. ഈ സമ്മേളനം ജന്മിമാരും കുടിയാ ന്മാരും തമ്മിലുള്ള അന്തരം വർദ്ധിപ്പിച്ചു. ഭൂമി തങ്ങളുടെ സ്വകാര്യസമ്പ ത്താണെന്നും ഭൂമിയിലുള്ള അവകാശം വെട്ടിച്ചുരുക്കുന്നതിന് എതിരാ ണെന്നും ജന്മിമാർ വാദിച്ചു. കുടിയാന്മ പരിഷ്കരണം നടപ്പാക്കണമെന്ന പ്രമേയത്തിൽ പ്രതിഷേധിച്ച് അവർ സംഘടനവിട്ടുപോയി. കോൺഗ്രസ് ഇടതുപക്ഷത്തേക്ക് അടുത്തു. നിസ്സഹകരണ-ഖിലാഫത്ത് കമ്മിറ്റികൾ നാടാകെ രൂപീകരിക്കപ്പെട്ടു. മുഹമ്മദ് അബ്ദുറഹിമാൻ മുഖ്യപ്രചാര കനായി.

ഗാന്ധിയുടെ അഹിംസാവാദത്തിനെതിരായിരുന്നു പൊതുവേയുള്ള അഭിപ്രായം. പ്രക്ഷോഭങ്ങൾ ശക്തിപ്പെട്ടു. അടിച്ചമർത്താൻ സർക്കാർ തീരുമാനിച്ചു. ജന്മിമാർ ഇതിന്റെ പിൻബലത്തിൽ കുടിയെയൊഴിപ്പിക്കലും പിഴ ഈടാക്കലും ശക്തമാക്കി. പൂക്കോട്ടൂർ കോവിലകത്തുനിന്നും തേക്ക് മോഷ്ടിച്ചു എന്ന് കള്ളക്കേസുണ്ടാക്കി ഖിലാഫത്ത് പ്രവർത്തകനായ വടക്കേ വീട്ടിൽ മുഹമ്മദിനെ അറസ്റ്റു ചെയ്യാൻ ശ്രമിച്ചു. 1921 ജൂലൈ 31 ന് കളത്തിൽ മുഹമ്മദിന്റെ നേതൃത്വത്തിൽ ജന്മികളും കുടിയാന്മാരും പൂക്കോട്ടൂർ കോവിലകം ആക്രമിച്ചു. പൊലീസ് മുഹമ്മദിനെ അറസ്റ്റ് ചെയ്യാൻ ശ്രമിച്ചെങ്കിലും ജനങ്ങൾ തടഞ്ഞു.

മദ്രാസ് ഗവർണർ വൈസ്രോയിക്ക് ഇപ്രകാരം എഴുതി. "മറ്റൊരി ക്കലും ഇല്ലാത്തവിധം മാപ്പിളമാർ സംഘടിച്ചിരിക്കുന്നു. ബ്രിട്ടീഷ് ഭരണ ത്തിന്റെ അവസാനം അടുത്തിരിക്കുന്നു എന്ന വിശ്വാസം ഖിലാഫത്ത് പ്രസ്ഥാനം ജനങ്ങളിൽ ഉണ്ടാക്കിയിരിക്കുന്നു."

ജില്ലാ പൊലീസ് സൂപ്രണ്ട് ഹിച്ച്കോക്ക് കൂടുതൽ സേനയെ പൂക്കോട്ടൂരേക്കയച്ചു. കോൺഗ്രസ്-ഖിലാഫത്ത് നേതാക്കളെ പൂക്കോട്ടൂ രിൽ പ്രവേശിക്കുന്നത് വിലക്കി. പരമ്പരാഗത മുസ്ലീം നേതാക്കളായ അലി മുസലിയാർ, സീതിഭകായതങ്ങൾ, വരിയംകുന്നത്ത് കുഞ്ഞഹമ്മദ് ഹാജി എന്നിവരുടെ നേതൃത്വത്തിൽ ജനങ്ങൾ സംഘടിച്ചു. അലി മുസലിയാരെ അറസ്റ്റ് ചെയ്യാൻ സർക്കാർ തീരുമാനിച്ചു. പൊലീസ് വീടുകളും ഖിലാഫത്ത് ഓഫീസുകളും റെയ്ഡ് ചെയ്തു. പള്ളികൾക്കുള്ളിൽ അതി ക്രമിച്ചു കടന്നു. ഈ വാർത്ത കാട്ടുതീപോലെ പടർന്നു. തിരൂരങ്ങാടിയിൽ രണ്ടായിരത്തിലേറെ ജനങ്ങൾ ഒത്തുകൂടി. പൊലീസും ജനങ്ങളും ഏറ്റു മുട്ടി. 300 ൽ ഏറെപ്പേർ വെടിവയ്പിൽ കൊല്ലപ്പെട്ടു. കലാപം കിളികാവ്, മലപ്പുറം, മഞ്ചേരി, പാണക്കാട്, തിരൂർ മേഖലകളിലേക്ക് വ്യാപിച്ചു. റയിൽവെ, വാർത്താവിനിമയ സംവിധാനങ്ങൾ തകർക്കപ്പെട്ടു. സർക്കാർ

ഓഫീസുകൾ കൈയേറി. ഏറനാട്, വള്ളുവനാട്, പൊന്നാനി താലൂക്കു കൾ കലാപകാരികളുടെ നിയന്ത്രണത്തിലായി.

1921 ആഗസ്റ്റ് 29 ന് ഗൂർഖാ റജിമെന്റിറങ്ങി. ഹിന്ദു ജന്മിമാർ പോലീ സിന്റെയും കലാപകാരികളുടെയും പീഡനത്തിനിരയായി. വിവരം നൽകാത്തവരെ പൊലീസും നൽകിയവരെ കലാപകാരികളും ആക്ര മിച്ചു. ഈ സാഹചര്യമാണ് ചില ചരിത്രകാരന്മാരെ മലബാർ കലാ പത്തിന് വർഗീയനിറം നൽകാൻ പ്രേരിപ്പിച്ചത്. 1921 ആഗസ്റ്റ് 31ന് പട്ടാളം തിരൂരങ്ങാടി പള്ളി വളഞ്ഞു. തെരുവ് യുദ്ധം അരങ്ങേറി. പട്ടാളം തിരൂരങ്ങാടി പിടിച്ചെടുത്തു. നേതാക്കൾ കീഴടങ്ങി. 1921 നവംബർ 10ന് 90 കലാപകാരികളെ അടച്ചുപൂട്ടിയ ഗുഡ്സ്വണ്ടിയിൽ ബല്ലാരി ജയിലി ലേക്കു കൊണ്ടുപോയി. പോരന്നൂർ വച്ച് ബോഗി തുറന്നപ്പോൾ 64 പേർ ശ്വാസംമുട്ടി മരിച്ചിരുന്നു. ഇതാണ് വാഗൺ ട്രാജഡി എന്ന പിൽക്കാലത്ത് വിളിക്കപ്പെട്ടത്. 6 മാസം പട്ടാളഭരണം നീണ്ടു. നേതാക്കന്മാരെ തൂക്കി ലിട്ടു. ചിലരെ ആൻഡമാനിലേക്കു നാടുകടത്തി. സർക്കാർ കണക്ക നുസരിച്ച് 2337 പേർ കൊല്ലപ്പെട്ടു. 45,404 കലാപകാരികൾ പിടിക്കപ്പെട്ടു.

സാമ്രാജ്യത്വവിരുദ്ധ പോരാട്ടത്തിലെ ഉജ്ജല അധ്യായമായിരുന്നു മലബാർ കലാപം. ജന്മിത്തത്തിനെതിരെ മലബാറിലെ ധീരന്മാരായ മാപ്പിളമാർ നടത്തിയ കലാപത്തെ വർഗീയ കലാപമാക്കി ചിത്രീകരിക്കു ന്നതിന് സാമ്രാജ്യത്വ ചരിത്രകാരന്മാരും ജന്മിത്തപക്ഷക്കാരും ശ്രമിച്ചു. എന്നാൽ ചരിത്രം അധികനാൾ സത്യത്തെ ഒളിപ്പിച്ചുവയ്ക്കുകയില്ല എന്ന കാര്യം ഇതിൽക്കൂടി വ്യക്തമാക്കപ്പെട്ടു.

**3**

___

# മൊറാഴയുടെ പാത
# കെ പി ആറിന്റെയും

രണ്ടാംലോകമഹായുദ്ധം സൃഷ്ടിച്ച സവിശേഷ സാഹചര്യവും കമ്യൂണിസ്റ്റുകാരുടെ രഹസ്യ പ്രവർത്തനവും മൂലം പ്രതിസന്ധി നേടിട്ട സർക്കാർ കർഷകർക്കുനേരെ അതിന്റെ മർദനനയം ശക്തിപ്പെടുത്തി. നിത്യോപയോഗസാധനങ്ങളുടെ പൂഴ്ത്തിവയ്പ്, വിലവർധനവ് എന്നിവയാൽ ജനങ്ങൾ ദുരിതത്തിലായി. ഈ സാഹചര്യത്തിൽ ക്ഷാമബത്ത, ന്യായ വിലഷാപ്പുകൾ അനുവദിക്കുക, നിർബന്ധിത യുദ്ധഫണ്ട് പിരിവ് തടയുക, കാർഷിക ഉൽപ്പന്നങ്ങൾക്ക് തറവില എന്നീ ആവശ്യങ്ങൾ ഉന്നയിച്ച് തൊഴിലാളികളും കർഷകരും പ്രക്ഷോഭം തുടങ്ങി. ഇടതുപക്ഷക്കാരുടെ നേതൃത്വത്തിലാ

*കെ പി ആർ ഗോപാലൻ*

യിരുന്നു അന്നത്തെ പ്രദേശ് കോൺഗ്രസ് കമ്മിറ്റി. 1940 സെപ്തംബർ 15ന് ഒരു മർദനപ്രതിഷേധ ദിനം ആചരിക്കാൻ ആ കമ്മിറ്റി തീരുമാനിച്ചു. ഇതറിഞ്ഞ് സെപ്തംബർ 12 ന് തന്നെ ജില്ലാഭരണകൂടം ജില്ലയിൽ എങ്ങും

പ്രകടനങ്ങളും യോഗങ്ങളും നിരോധിച്ചു. നിരോധനം ലംഘിച്ച് തലശ്ശേരി, മൊറാഴ, മട്ടന്നൂർ എന്നീ സ്ഥലങ്ങളിൽ നടന്ന പ്രകടനം പൊലീസ് വെടിവയ്പിൽ കലാശിച്ചു. തലശ്ശേരിയിലെ അബു, ചാത്തുക്കുട്ടി എന്നിവർ രക്തസാക്ഷികളായി.

മൊറാഴയിൽ നിരോധനം ലംഘിച്ച് പ്രകടനം നടന്നു. അതിലേക്ക് നയിച്ച സംഭവം ഇപ്രകാരമായിരുന്നു. മർദനപ്രതിഷേധ ദിനാചരണവും ചിറയ്ക്കൽ താലൂക്ക് കർഷക സമ്മേളനത്തിന്റെയും വേദി പാപ്പിനിശ്ശേരി യിലെ കീച്ചേരിയായിരുന്നു. വിവിധ ജാഥകൾ കീച്ചേരിയിലേക്കു നീങ്ങി. ആറോൺമില്ലിലെ തൊഴിലാളികൾ ജാഥയിൽ ചേർന്നു. വളപട്ടണം സബ് ഇൻസ്പെക്ടർ കുട്ടിക്കൃഷ്ണമേനോനും സംഘവുമെത്തി. യോഗം നിരോധിച്ചതായി അറിയിച്ചു.

യോഗസ്ഥലം കീച്ചേരിയിൽനിന്നു തൊട്ടടുത്ത മൊറാഴയിലെ അഞ്ചാം പീടികയിലേക്കു മാറ്റിയതായി സംഘാടകനായ കെ പി ആർ ഗോപാലൻ അറിയിച്ചു. തളിപ്പറമ്പ് പോലീസ് സ്റ്റേഷൻ അതിർത്തിയി ലുള്ളതാകയാൽ നിരോധനാജ്ഞ മൊറാഴയിൽ ബാധകമായിരുന്നില്ല. കീച്ചേരിയിൽ മൂവായിരത്തിലേറെപ്പേർ ഉണ്ടായിരുന്നു. കെ പി ആറി ന്റെയും വിഷ്ണുഭാരതീയന്റെയും നേതൃത്വത്തിൽ യോഗം തുടങ്ങാൻ പോകവെ വളപട്ടണം സബ് ഇൻസ്പെക്ടർ കുട്ടിക്കൃഷ്ണമേനോൻ തളി പ്പറമ്പ് സബ് ഇൻസ്പെക്ടർ വീരാൻകുട്ടിയോടും എക്സിക്യൂട്ടീവ് മജി സ്ട്രേട്ടിനോടും ഒപ്പം അഞ്ചാം പീടികയിലെത്തി. ആറോൺ മിൽ സമര ത്തിലും തൊഴിലാളികൾക്കെതിരെ മർദനമുറകൾ കൈക്കൊണ്ട കൃഷ്ണൻകുട്ടി മേനോൻ തളിപ്പറമ്പ് സബ് ഇൻസ്പെക്ടറെ നിർബന്ധിച്ച് കൂട്ടിക്കൊണ്ട് വരികയായിരുന്നു. യോഗം തുടങ്ങവെ മേനോൻ എത്തി നിരോധനം ഇവിടെയും ബാധകമാണെന്നറിയിച്ചു. പിരിഞ്ഞുപോകാൻ ജനങ്ങളോട് ആജ്ഞാപിക്കുകയും ചെയ്തു. സമ്മേളനം അവസാനിച്ചാൽ പിരിഞ്ഞു പോകാമെന്ന് ഭാരതീയൻ മറുപടി നൽകി.

"ഈ യോഗം നിരോധിച്ചിരിക്കുന്നു. നിങ്ങളെ അറസ്റ്റ് ചെയ്തിരി ക്കുന്നു." മേനോൻ ഗർജിച്ചു. ഭാരതീയൻ പ്രതിഷേധിച്ച് തറയിൽ കിടന്നു. പോലീസ് ജനങ്ങൾക്കുമേൽ ആക്രമണം തുടങ്ങി. പൊലീസിനെ അനു സരിക്കേണ്ടെന്നും തിരിച്ചടിക്കാനും കെ പി ആർ ആഹ്വാനം ചെയ്തു. ഭാരതീയനെ വലിച്ചിഴച്ച നടപടിയും ജനങ്ങളെ രോഷാകുലരാക്കി. അവർ ശക്തിയായി തിരിച്ചടിച്ചു. ഇൻകിലാബ് അന്തരീക്ഷത്തിൽ മുഴങ്ങി. തളിപ്പറമ്പ് എസ് ഐ വെടിവയ്ക്കാൻ ഉത്തരവിട്ടു. ഏറ്റുമുട്ടലിൽ കൃഷ്ണൻകുട്ടി മേനോൻ സംഭവസ്ഥലത്തും ഒരു ഹെഡ്കോൺസ്റ്റബിൾ അന്നുരാത്രിയിലും മരിച്ചു.

പൊലീസുമായുള്ള ഏറ്റുമുട്ടൽ ഒഴിവാക്കാൻ നേതൃത്വം പരമാവധി ശ്രമിച്ചിരുന്നു. കീച്ചേരിയിൽ നിന്നും മൊറാഴയിലേക്ക് യോഗം മാറ്റിയതു തന്നെ ഇതിനായിട്ടായിരുന്നു. മാത്രമല്ല അന്ന് ഓണദിവസം കൂടിയായി രുന്നു. കെ പി ആർ ഒളിവിൽ പോകാൻ പാർട്ടി തീരുമാനിച്ചു. പോലീസ്

കെ പി ആർ ഒന്നാം പ്രതിയും വിഷ്ണുഭാരതീയൻ നാലാം പ്രതിയായും കേസ് രജിസ്റ്റർ ചെയ്തു.

കോൺഗ്രസിന്റെ പ്രാദേശിക നേതാക്കളും പൊലീസും ചേർന്ന് പല നിരപരാധികളെയും പ്രതികളാക്കി. നാടാകെ കൊടിയമർദനം മൊറാഴ സംഭവത്തിന് സാർവദേശീയ പ്രതികരണമുണ്ടാക്കി.

ബ്രിട്ടീഷ് അടിമത്ത വാഴ്ചയ്ക്കെതിരെ ഇന്ത്യയിൽ വിപ്ലവം ആരംഭിച്ചുവെന്ന് ഈ സംഭവം മുൻനിർത്തി ജർമൻ റേഡിയോവിലൂടെ അഡോൾഫ് ഹിറ്റ്ലർ പ്രസ്താവിച്ചു.

കെ പി ആർ ഒമ്പതു മാസക്കാലം ഒളിവിൽ കഴിഞ്ഞു. മിസിസ് ആമോൺ എന്ന അധ്യാപികയുടെ വീട്ടിൽനിന്നും ഒടുവിൽ അറസ്റ്റ് ചെയ്തു. കൊടിയ മർദനത്തിനൊടുവിൽ കണ്ണൂർ സെൻട്രൽ ജയിലിൽ. നാൽപ്പത്തിയൊന്നു ദിവസം നീണ്ടുനിന്ന വിചാരണയ്ക്കൊടുവിൽ 1941 ആഗസ്ത് 16 ന് വിധിവന്നു.

34 പ്രതികളിൽ 20 പേർക്ക് ജീവപര്യന്തം. ബാക്കിപ്പേർ കുറ്റ വിമുക്തർ. കെ പി ആറിന് ഏഴുവർഷം തടവ്. വിഷ്ണുഭാരതീയന് മൂന്നു വർഷം തടവ്. മറ്റുള്ളവർക്ക് കരുത്ത് പകർന്ന് ബല്ലാരി ജയിലിൽ. അവിടെ നിന്നും രാജമുന്ദ്രിയിലേക്ക്. രാജമുന്ദ്രിയിൽ നിന്നും മദിരാശിയിലേക്ക്. കേസിൽ സർക്കാർ അപ്പീൽ പോയി. സർക്കാർതലത്തിൽ ഗൂഢാലോചന നടന്നു.

കെ പി ആറിനെ തൂക്കിക്കൊല്ലാനും മറ്റുള്ളവരെ ഉയർന്ന കാല യളവിലേക്ക് തടവിലാക്കാനും വിധി വന്നു. വിധിക്കെതിരെ അതി ശക്തയായി ദേശീയക്യാമ്പയിൻ ഉയർന്നു. കോൺഗ്രസിന്റെ കറാച്ചി പ്രമേയം വധശിക്ഷ റദ്ദാക്കാൻ ആവശ്യപ്പെട്ടു.

കെ പി ആർ അക്ഷോഭ്യനായി സമചിത്തതയോടെ കഴിഞ്ഞു. മരണത്തെ വെല്ലുവിളിക്കാൻ പ്രാപ്തി നൽകിയത് ജീവിതവും മരണവും അതിർത്തിരേഖയില്ലാത്ത പോരാട്ടമാണെന്ന തിരിച്ചറിവായിരുന്നു.

കെ പി ആറിന്റെ വധശിക്ഷ മറ്റൊരു രാഷ്ട്രീയ സമരത്തിനു വേദി യായി. കോടതിവിധിക്കെതിരെ കേരളം ഇളകിമറിഞ്ഞു. പൊതുജനാഭി പ്രായം കൊടുങ്കാറ്റായി.

1942 മാർച്ച് 15 ന്റെ *ഹരിജനിൽ* മഹാത്മാഗാന്ധി എഴുതി:

ഗോപാലൻ നന്ന്യാർ എന്ന രാജ്യസ്നേഹിയായ യുവാവ് മലബാ റിലെ ഒരു സമ്മേളനത്തിൽ പോലീസിനെ ആക്രമിക്കാൻ ജന ക്കൂട്ടത്തെ പ്രേരിപ്പിച്ചു എന്നാരോപിച്ച് അദ്ദേഹത്തെ ഹൈക്കോ ടതി വധശിക്ഷക്ക് വിധിച്ചിരിക്കുന്നു. അദ്ദേഹം ശിക്ഷയിലവ് അർഹിക്കുന്നു. ഇത് ബോധപൂർവം നടത്തിയ കൊലപാതകമല്ല. ഒരു കോടതിയ്ക്കും കണ്ടെത്താനാവാത്ത നിരവധി കൊലപാത കങ്ങളുടെ നടുവിലാണ് നാം ജീവിക്കുന്നത്. ഈ സാഹചര്യത്തിൽ വിദ്വേഷപ്രകടനത്തിന്റെ പൂർണമായ അഭാവത്തിൽ ഒരു യുവാ വിനെ കൊലമരത്തിലേക്ക് അയക്കുന്നത് പ്രഹസനമാണ്.

പത്രങ്ങളും പൊതുജനാഭിപ്രായവും ഇതിനെതിരെ ഉയർന്നുവെ ന്നറിയുന്നതിൽ ഞാൻ സന്തുഷ്ടനാണ്. സർക്കാർ ജനങ്ങളുടെ ശബ്ദം ശ്രദ്ധിക്കുമെന്നാശിക്കാം...

ജവാഹർലാൽ നെഹ്റു കെ പി ആറിനെ തൂക്കിലിടാൻ അനുവദി ക്കില്ലെന്ന് ഉറച്ച സ്വരത്തിൽ പറഞ്ഞു. കെ പി ആർ രക്ഷാപ്രസ്ഥാനം ഇന്ത്യയെ പിടിച്ചുകുലുക്കി. ബ്രിട്ടീഷ് പാർലമെന്റിൽ കമ്യൂണിസ്റ്റ് നേതാവ് വില്യം ഗലാച്ചർ പ്രശ്നമുന്നയിച്ചു. ഇന്ത്യൻ രാഷ്ട്രീയരംഗത്തു മാത്രമല്ല സാർവദേശീയമായും ഈ പ്രശ്നം ചർച്ച ചെയ്യപ്പെട്ടു. ഒടുവിൽ 'ക്രിപ്സ് ദൗത്യ സംഘം' യുദ്ധത്തിനു പിന്തുണ തേടി ഇന്ത്യയിലേക്ക് വന്ന അവസരത്തിൽ കെ പി ആറിന്റെ വധശിക്ഷ ജീവപര്യന്തമായി കുറച്ചു. തുടർന്ന് മന്ത്രിസഭ കെ പി ആറിനെ വിട്ടു. അങ്ങനെ കേരളത്തിന്റെ ഭഗത്സിംഗ് എന്ന് കെ പി ആർ വാഴ്ത്തപ്പെട്ടു.

കെ പി ആർ ഒരു വ്യക്തി മാത്രമല്ല. കീഴടങ്ങാത്ത ഒരു പ്രസ്ഥാന ത്തിന്റെ പ്രതിനിധിയുമായിരുന്നു.

# 4

## കയ്യൂരിൽ വിരിഞ്ഞ ചുവന്ന പൂക്കൾ

*തേജസ്വിനി പുഴ*

നാങ്കളെ കൊത്തിയാലും ചോരയല്ലേ ചൊവ്വാറെ
നീങ്കളെ കൊത്തിയാലും ചോരയല്ലേ ചൊവ്വാറെ
പിന്നെന്തിന് ചൊവ്വാറെ കുലം പിശക്ന്ന്

– പൊട്ടൻ തെയ്യം

**നി**ലവിലെ വ്യവസ്ഥിതിക്കെതിരെ സമൂഹമനസ്സിൽ ഘനീഭവിച്ച് അമർഷത്തിന്റെ അഗ്നിജ്വാലകളാണ് തോറ്റംപാട്ടുകളിലൂടെ പുറത്തു വരുന്നത്. കാസർഗോഡ് ജില്ലയിലെ പൊട്ടൻ തെയ്യം എയ്തുവിടുന്ന ചോദ്യം മനുഷ്യസാഹോദര്യത്തിന്റെയും തുല്യതയുടെയും വളംബരമാണ്.

ഇന്നത്തെ കേരളം രൂപപ്പെടുത്തുന്നതിന് കട്ടപിടിച്ച യാഥാസ്ഥിതി കൾക്കെതിരെയും ജന്മിത്ത-സാമ്രാജ്യത്വകോയ്മകൾക്കെതിരായും ഉജ്ജ ലങ്ങളായ പോരാട്ടങ്ങൾ വേണ്ടിവന്നിട്ടുണ്ട്. സാധാരണ മനുഷ്യരാണ്

ചരിത്രം രചിക്കുന്നത് എന്ന യാഥാർഥ്യം നമ്മെ ഒരിക്കൽക്കൂടി ബോധ്യ പ്പെടുത്തിത്തരുന്നത് കയ്യൂരാണ്.

കയ്യൂരിന്റെ ചരിത്രകാരൻ വി വി കുഞ്ഞമ്പു ആ പ്രദേശത്തിന്റെ ഭൂമിശാസ്ത്രം ഇപ്രകാരം രേഖപ്പെടുത്തുന്നു.

ചെറുവത്തൂരിനും നീലേശ്വരത്തിനും മധ്യേ കാര്യങ്കോട് പുഴയ്ക്ക് വിലങ്ങനെ കിടക്കുന്ന റെയിൽവെ പാലത്തിന് അടുത്തുനിന്നും കിഴക്കോട്ട് പുഴയിൽക്കൂടി സുമാർ അഞ്ചുനാഴിക ദൂരം പോയാൽ ചരിത്രപ്രസിദ്ധമായ കയ്യൂരിന്റെ പടിഞ്ഞാറെ അറ്റമായ കൂക്കോട് എന്ന സ്ഥലത്ത് എത്താവുന്നതാണ്. പുഴയുടെ തെക്കുവശത്താണ് കയ്യൂർ.

ഇന്ന് പുഴയിൽക്കൂടി പോകേണ്ടതില്ല. പാലങ്ങൾ വന്നിരിക്കുന്നു. റോഡുകൾ വിപുലപ്പെട്ടിരിക്കുന്നു. ബസുകളും കാറുകളും നിരത്തിലൂടെ ചീറിപ്പാഞ്ഞു പോകുന്നു.

കയ്യൂരേയ്ക്കു വഴികാട്ടാൻ ഒപ്പം കൂട്ടിയ നിലേശ്വരം സ്വദേശി സുരേഷ് ബാബു മുൻ സീറ്റിലിരുന്ന് പുറകിലേക്കു നോക്കി പറഞ്ഞു.

"തേജസ്വിനി എത്താറായി."

കാര്യങ്കോട് പുഴയ്ക്ക് ചിരസ്മരണ എഴുതിയ നിരഞ്ജന നൽകിയ പേര്!

കവുങ്ങിൻതോട്ടങ്ങളും തെങ്ങിൻകൂട്ടങ്ങളും പ്ലാവും മാവും മറ്റനേകം സസ്യജാലങ്ങളും തലയെടുപ്പോടെ നിൽക്കുന്ന ഗ്രാമത്തിന്റെ ഓരം ചേർന്ന് തേജസ്വനി ശാന്തമായി ഒഴുകുന്നു. കുടകുമലകളിൽ നിന്ന്

കയ്യൂരിലേക്കുള്ള വഴി

രാധാകൃഷ്ണൻ ചെറുവല്ലി, ടി എ രാജശേഖരൻ, രാജശ്രീ കെ

കുത്തിയൊലിച്ച് ചുവന്ന മണ്ണിനെ കലക്കി മറിച്ച് സ്വയം ചുവന്ന് മുന്നേ റേണ്ട ഈ ഇടവപ്പാതിയിലും അവൾ ശാന്തയാണ്. പാലത്തിന്റെ ഇരു വശങ്ങളിലും ക്ഷമാശീലരായ മനുഷ്യർ ചൂണ്ടയിടുന്നു. ചൂണ്ടയിൽ കുരു ങ്ങിയ മത്സ്യങ്ങളെ ഈർക്കിലിൽ കോർക്കുന്നു.

പുഴയുടെ അക്കരെനിന്നും നടന്നടുക്കുന്ന കുഞ്ഞിരാമേട്ടനെ ഇക്കര വച്ചുതന്നെ സുരേഷ് തിരിച്ചറിഞ്ഞു. കാർ വഴിയിലൊതുക്കി സഖാവ് കുഞ്ഞിരാമന്റെ അടുത്തേക്ക് നടന്നെത്തി. അഭിവാദ്യം ചെയ്ത് ആഗ മനോദ്ദേശ്യം വെളിപ്പെടുത്തി. ആരോഗ്യം പോര. ഹൃദയശസ്ത്രക്രിയ കഴിഞ്ഞതാണ്. നടക്കാൻ ബുദ്ധിമുട്ടുണ്ട്. എങ്കിലും കയ്യൂർ രക്തസാക്ഷി കൾക്ക് രക്താഭിവാദ്യമേകാൻ കിഴക്കേ അറ്റത്തുനിന്നെത്തിയവരെ അനു ഗമിക്കാതിരിക്കാൻ കുഞ്ഞിരാമേട്ടനാവില്ല.

പാലം കടന്ന് ഇടത്തോട്ട് തിരിഞ്ഞു. പഴയ ചെമ്മൺപാതകൾ ടാർ ചെയ്തിരിക്കുന്നു. കവുങ്ങുകൾക്കും തെങ്ങുകൾക്കും ഇടയിലൂടെ ഏറെ ദൂരം വളവുകളില്ലാതെയും പിന്നെ വളഞ്ഞും തിരിഞ്ഞും. മരങ്ങൾക്കും വീടുകൾക്കും ഇടയിലൂടെ തേജസ്വിനി പുഴയുടെ ദൃശ്യങ്ങൾ മാറിയും മറഞ്ഞും. പണ്ട്, അതായത് പതിനഞ്ച് കൊല്ലങ്ങൾക്ക് മുമ്പ് വന്നപ്പോൾ പറമ്പുകൾക്ക് അതിരുകളുണ്ടായിരുന്നില്ല. ഇപ്പോഴും അപ്രകാരം തന്നെ യെന്ന് കുഞ്ഞിരാമേട്ടൻ സാക്ഷ്യപ്പെടുത്തുന്നു. ഓലയും ഓടും മേഞ്ഞി രുന്ന ചില വീടുകൾ ഇരുനില കെട്ടിടങ്ങളായിരിക്കുന്നു.

പാർട്ടിഗ്രാമം എന്ന 'ചീത്തപ്പേരു'വീണ ഈ സ്വച്ഛന്ദ ഗ്രാമത്തിൽ മാറ്റങ്ങൾ ഏതൊക്കെ? മാറാത്തത് ഏതൊക്കെ?

രക്തസാക്ഷി മണ്ഡപം പഴയതുതന്നെ. സ്മാരകമന്ദിരം പുതുക്കി പ്പണിതിരിക്കുന്നു. ഇപ്പോൾ അതൊരു കോൺക്രീറ്റ് കെട്ടിടമാണ്.

കുഞ്ഞിരാമേട്ടനെ കണ്ടപ്പോൾ ആളുകൾ കുശലം പറയാനെത്തി.

മക്കളുടെ വിവരങ്ങൾ തിരക്കി. പലരും അന്യപ്രദേശങ്ങളിലോ രാജ്യങ്ങളിലോ തൊഴിൽ തേടി പോയിരിക്കുന്നു. പഠനത്തിനോ സഞ്ചാരത്തിനോ വ്യക്തിസ്വാത ന്ത്ര്യത്തിനോ ഒരു തടസവും കണ്ടില്ല. ആ നാട്ടിലെ ജനങ്ങൾ സ്വയം സ്വീകരിച്ച അച്ചടക്ക ത്തിനും സാഹോദര്യത്തിനും അതുമൂലം ദൃശ്യമാകുന്ന ശാന്ത തയ്ക്കും ആർക്കാണ് പരാതി.

ആക്ഷേപം ശ്രദ്ധയിൽപ്പെ ടുത്തിയപ്പോൾ കുഞ്ഞിരാമേട്ടൻ പറഞ്ഞത് ഇങ്ങനെ:

"അയിന് കോൺഗ്രസിന്റെ

കുഞ്ഞിരാമേട്ടൻ

യൂണിറ്റ് തുടങ്ങിക്കൊടുക്കാൻ നമുക്കാവുമോപ്പാ. അതവർതന്നെ ചെയ്യണ്ടേ?"

രക്തസാക്ഷി മണ്ഡപത്തിനടുത്തുള്ള വീട്ടിൽനിന്നും താക്കോലെ ത്തി. സ്മാരകമന്ദിരം തുറക്കപ്പെട്ടു. ചരിത്രത്തിലേക്കാണ് വാതിലുകൾ തുറന്നത്.

തൂക്കിലേറ്റപ്പെട്ടവരുടെ പ്രതികളായവരുടെ, അവരുടെ വേണ്ടപ്പെട്ട വരുടെ, ചിത്രങ്ങൾ, ചരിത്ര പശ്ചാത്തലം

പത്രപ്പകർപ്പുകൾ, കോടതിവിധി, പ്രതികരണങ്ങൾ.

എന്തൊരു കാലമായിരുന്നു അത്.

ഏതെല്ലാം വഴിയിലൂടെയാണ് ജനാധിപത്യത്തിലേക്ക് നാം സഞ്ചരി ച്ചെത്തിയത്.

കയ്യൂർ രക്തസാക്ഷികൾ!

തൂക്കുമരത്തിലേക്ക് കരളുറപ്പോടെ കടന്നുപോയവർ.

സഖാക്കൾ:

മഠത്തിൽ അപ്പു

കോയിത്താറ്റിൽ ചിരുകണ്ടൻ

പൊടോര കുഞ്ഞമ്പുനായർ

പള്ളിക്കൽ അബൂബക്കർ

രക്തസാക്ഷിമണ്ഡപത്തോളം ഉയർന്ന തെങ്ങിൻ മുകളിൽ സായാ ഹ്നസൂര്യന്റെ രശ്മികൾ.

തേജസ്വിനിക്കരയിലേക്ക് ചരിഞ്ഞ പറമ്പിലെ ചവിട്ടുവഴിയിലൂടെ നടന്നിറങ്ങി.

കുഞ്ഞിരാമേട്ടൻ പറഞ്ഞു:

"സംഭവം നടക്കുമ്പോൾ ഈടെയെല്ലാം കാടായിരുന്നു. റോഡൊ ന്നും ഇല്ലല്ലോ അക്കാലത്ത്. പുഴക്കരയിലെ ചവിട്ടു വഴിയിലൂടെയാണ് എല്ലാരും പോയിരുന്നത്. പുഴയിലൂടെ വഞ്ചികൾ കടന്നുപോകും. പുഴ ക്കരയിലാണ് കടകളും ജനജീവിതത്തിന്റെ സ്പന്ദനവും."

തേജസ്വിനിയാകുംമുമ്പ്... സ്വാതന്ത്ര്യത്തിനും ഐക്യകേരളത്തിനും മുമ്പ് നീലേശ്വരം രാജാവിന്റെ വാഴ്ചക്കാലത്ത്, ജന്മിവാഴ്ചയുടെ, അനാചാരങ്ങളുടെ കാലത്ത് ഇത് കാര്യങ്കോട് പുഴയായിരുന്നു.

കാര്യങ്കോട് നിശ്ശബ്ദമായി ഒഴുകി.

ഓളങ്ങളിൽ പോയകാലത്തിന്റെ സ്മൃതിരേഖകൾ.

## കയ്യൂർ: സമരത്തിനുമുമ്പ്

കർഷകരാണ് ഏറെ. തിയ്യരും പുലയരും, മാവിലരും ഭൂരിപക്ഷം. കുറുവാടൻ, പുളിങ്ങാടൻ, വേങ്ങയിൽ എന്നീ നായർ തറവാട്ട് കാരണവ ന്മാർക്ക് മേൽക്കോയ്മ. തീയ്യരുടെ ദൈവം മുണ്ഡ്യഭഗവതി. പൂജാരിമാർ തീയ്യർ. അവർ പൂരക്കളിയിൽ ശോഭിച്ചു. പൂരത്തിനും തെയ്യത്തിനും അമ്പലനടയിൽ വയ്ക്കുന്ന 'തൊഴുതുപിരിവ്' മേൽക്കോയ്മകൾ കൊണ്ടു

മുണ്ഡ്യ ഭഗവതി ക്ഷേത്രം ഇന്ന്

പോവുകയാണ് പതിവ്.

1937 ഏപ്രിലിൽ കർഷകസംഘം യൂണിറ്റ് കയ്യൂരിൽ രൂപീകരിച്ചു. മലയത്ത് ചിരുകണ്ടന്റെ വീട്ടിലായിരുന്നു യോഗം. എം വി കുഞ്ഞമ്പു, കെ എ കേരളീയൻ, വി വി കുഞ്ഞമ്പു, ടി എസ് തിരുമുമ്പ്, എൻ എസ് നമ്പൂതിരി, പയ്യൻ കേളുനായർ, എലച്ചി കണ്ണൻ, എൻ വി നാരായണൻ, പൊടോര കേളുനായർ, കൊയ്യൻ കുഞ്ഞിക്കണ്ണൻ തുടങ്ങിയവർ പങ്കെ ടുത്തു. കർഷകരുടെ തർക്കപ്രശ്നങ്ങളിൽ ഇടപെട്ട് അവരുടെ വിശ്വാസം കർഷകസംഘം ആർജിച്ചു. കോൺഗ്രസ് അംഗങ്ങളെല്ലാം സംഘം അംഗ ങ്ങളായി.

ഉത്സവത്തിന് പിരിഞ്ഞുകിട്ടുന്ന 'തൊഴുതുപിരിവ്' ജന്മിമാർ പൊതിഞ്ഞുകെട്ടി കൊണ്ടുപോകുന്നതായിരുന്നു കീഴ്‌വഴക്കം. എന്നാൽ കർഷകസംഘത്തിന്റെ ആവിർഭാവം പകർന്ന ഉൾക്കരുത്ത് ജന്മിമാരുടെ 'ജന്മസിദ്ധ'മായ അധികാരങ്ങളെ ചോദ്യം ചെയ്യാൻ ജനങ്ങളെ പ്രാപ്ത രാക്കി. 'തൊഴുതു പിരിവ്' കിഴി കെട്ടിയെടുക്കവൈ, ഇടിമുഴക്കം പോലെ ഒരു ശബ്ദമുയർന്നു.

"വയ്ക്കവിടെ. ക്ഷേത്രത്തിൽ പിരിഞ്ഞു കിട്ടിയ തൊഴുതുപിരിവ് ക്ഷേത്രാവശ്യങ്ങൾക്കുള്ളതാണ്. ജന്മിക്ക് പൊതിഞ്ഞുകെട്ടി കൊണ്ടു പോകാനുള്ളതല്ല." കയ്യൂർ ചരിത്രത്തിലാദ്യമായി തൊഴുതുപിരിവ് ജന്മി യ്ക്ക് കൊണ്ടുപോകാനായില്ല.

ജന്മിത്തത്തിന്റെ അധികാരപ്രമത്തതയ്ക്കേറ്റ പ്രഥമപ്രഹരം.

സ്വാതന്ത്ര്യസമരം കൊടുമ്പിരികൊണ്ട കാലം. സാധാരണ ജന ങ്ങളെയും തൊഴിലാളികളെയും കർഷകരെയും പങ്കെടുപ്പിക്കാതെ മുന്നോ ട്ടുപോകുന്നതിൽ കോൺഗ്രസിൽത്തന്നെ എതിർപ്പുകൾ രൂപപ്പെട്ടു. ഇതിന്റെ പ്രതിഫലനമായിരുന്നു ഇന്ത്യൻ നാഷണൽ കോൺഗ്രസ്സിന്റെ കറാച്ചി സമ്മേളനത്തിന് 'ബഹുജനബന്ധ പരിപാടി' എന്ന പ്രമേയം അവതരിപ്പിക്കാൻ ഇടയാക്കിയത്. സർദാർ പട്ടേലിന്റെ നേതൃത്വത്തിൽ

കർഷകരെ സമരരംഗത്തെത്തിക്കാൻ ശ്രമങ്ങൾ തുടങ്ങി. റഷ്യൻ ബോൾഷെവിക് വിപ്ലവത്തിന്റെ അനുഭവങ്ങൾ ജനങ്ങൾക്ക് പുത്തൻ ആവേശം പകർന്നു. 1931–32 കാലഘട്ടത്തിൽ ഇന്ത്യൻ സ്വാതന്ത്ര്യ സമരത്തിന് കൂടുതൽ ആഴവും പരപ്പും കൈവന്നു. മഹാത്മാഗാന്ധിയുടെ നേതൃത്വത്തിലുള്ള മിതവാദവും സന്ധിമനോഭാവവും ചോദ്യം ചെയ്യ പ്പെട്ടു. ഇതിന്റെ ഫലമാണ് അഖിലേന്ത്യാതലത്തിൽ കോൺഗ്രസ് പാർട്ടിക്കകത്ത് കോൺഗ്രസ് സോഷ്യലിസ്റ്റ് പാർട്ടി രൂപീകരിക്കപ്പെട്ടത്. 1934  ഒക്ടോബർ മാസത്തിലായിരുന്നു ആദ്യത്തെ ഔദ്യോഗിക സമ്മേളനം ബോംബെയിൽ ചേർന്നത്. ബോംബെ സമ്മേളനത്തിൽ കേരളത്തെ പ്രതിനിധാനം ചെയ്തത് സഖാവ് ഇ എം എസ് ആയിരുന്നു. കോൺഗ്രസ് സോഷ്യലിസ്റ്റ് പാർട്ടിയുടെ അഖിലേന്ത്യാ സെക്രട്ടറിയായി ജയപ്രകാശ് നാരായണനും ജോയിന്റ് സെക്രട്ടറിയായി ഇ എം എസും തെരഞ്ഞെടു ക്കപ്പെട്ടു.

കോൺഗ്രസ് സോഷ്യലിസ്റ്റ് പാർട്ടിയുടെ നേതൃത്വത്തിൽ രാജ്യത്താ കമാനം വമ്പിച്ച സമരാവേശവും ബഹുജനമുന്നേറ്റവുമുണ്ടായി. വടക്കേ മലബാറിൽ സുസജ്ജമായ കർഷകപ്രസ്ഥാനം ഉടലെടുത്തു. വാശി, വരി, മുക്കാൽ, വെച്ചുകാണൽ, കങ്കാണി, കള്ളപ്പറ, ശീലക്കാശ് തുടങ്ങിയ ജന്മിത്ത രീതികൾക്കെതിരായി എതിർപ്പുകൾ ഉയർന്നു തുടങ്ങി.

രാഷ്ട്രീയ-ബഹുജനസംഘടന പ്രവർത്തനം കയ്യൂരിലെ ജനങ്ങ ളുടെ സാംസ്കാരിക അവബോധവും ഉയർത്തി. അനീതിയ്ക്കെതിരെ പ്രതികരിക്കാനുള്ള പ്രവണത വളർന്നു. ഗ്രന്ഥശാലാ പ്രസ്ഥാനങ്ങൾ സജീവമായത് ലോകത്തെക്കുറിച്ചുള്ള ധാരണകൾ മാറ്റി മറിച്ചു. നില വിലെ അധികാരഘടനയോട് കലഹിക്കാൻ ആളുകൾ തയ്യാറായി.

കയ്യൂരിൽ സർക്കാർ പ്രതിനിധികൾ എന്ന നിലയിൽ അധികാരികൾ ഇവരൊക്കെയായിരുന്നു. പട്ടേലർ എന്നു വിളിക്കുന്ന ഗ്രാമാധികാരി (വില്ലേജ് ഓഫീസർപോലെ), 'ഉഗ്രാണി' എന്നു വിളിക്കുന്ന കോൽക്കാരൻ അഥവാ മാസപ്പടി, ചേനപ്പൻ അഥവാ മേനവൻ, പാർവത്യക്കാർ, റവന്യൂ ഇൻസ്പെക്ടർ, പിന്നെ മർദനത്തിന്റെ പ്രതീകമായ പൊലീസുകാരൻ.

രാജ്യത്തുണ്ടായ ബഹുജനമുന്നേറ്റങ്ങൾ അധികാരിവർഗത്തെ ചോദ്യം ചെയ്യാൻ ജനങ്ങളെ പ്രാപ്തരാക്കി. വായ്പൊത്തി 'റാൻ' മൂളലും അടിയനെന്നും, ചെമ്പുകാൾ എന്നും, കരിക്കാടി എന്നുമൊക്കെ അടിമ ഭാഷയിൽ സംസാരിച്ചിരുന്ന കീഴാളജനത താൻപോരിമയുടെ ഭാഷയി ലേക്ക് വളർന്നത് ജന്മി-ഭൂപ്രഭു മാടമ്പികളെ കലിപിടിപ്പിച്ചു. കുടിയിറക്കൽ, പെൺകുട്ടികളെ ജന്മിക്കു കാഴ്ചവയ്ക്കൽ, ക്ഷൗര ക്കാരനെ വിലക്കൽ, അലക്കുകാരനെ വിലക്കൽ, കിണറിന്റെ പാല ത്തിലും വീടിന്റെ വാതിലിലും തോൽകെട്ടി അധികാരം സ്ഥാപിക്കൽ എന്നീ ജന്മിയുടെ 'ജന്മസിദ്ധ' അധികാരം ചോദ്യം ചെയ്യപ്പെട്ടു.

1938ൽ മംഗലാപുരം കളക്ടർക്ക് നിവേദനം നൽകാൻ ടി.എസ്. തിരുമുമ്പിന്റെ നേതൃത്വത്തിൽ തൃക്കരിപ്പൂരിൽ നിന്നും പുറപ്പെട്ട കർഷക

ജാഥയിൽ കയ്യൂരിൽ നിന്നും എട്ടുപേർ പങ്കെടുത്തു. കെ പി സി സി യുടെ തീരുമാനപ്രകാരം സ്വയം രക്ഷയ്ക്കായി വാളണ്ടിയർ സേന രൂപീ കരിച്ചു. അതിലേക്കായി വാളണ്ടിയർ ഓഫീസർമാരുടെ പരിശീലനം നട ന്നു. കാക്കി ട്രൗസറും, ഷർട്ടും ധരിച്ച വളണ്ടിയർമാർ റൂട്ട്മാർച്ചുകൾ നടത്തി. ജന്മിത്തത്തിനും സാമ്രാജ്യത്വത്തിനും എതിരായ മുദ്രാവാക്യ ങ്ങൾ ആദ്യമായി മുഴങ്ങി. കർഷകർ കൂടുതൽ ആത്മവിശ്വാസമുള്ള വരായി.

ഒരു വിപ്ലവശക്തിയെന്ന നിലയിൽ അഖിലേന്ത്യാതലത്തിൽ പ്രവർത്തിച്ചിരുന്ന കോൺഗ്രസ് സോഷ്യലിസ്റ്റ് പാർട്ടിയും മിതവാദത്തിന്റെ ചളിക്കുണ്ടിൽ വീണു. സ്വാതന്ത്ര്യം, സോഷ്യലിസം തുടങ്ങിയ ലക്ഷ്യ ങ്ങളിലേക്ക് ജനങ്ങളെ നയിക്കാൻ അതിനു പ്രാപ്തിയില്ലെന്നു തെളിഞ്ഞു. ഈ ഘട്ടത്തിൽ മാർക്സിസം-ലെനിനിസത്തിന്റെ വെളിച്ചത്തിൽ കൂടി മാത്രമേ ഭാവിയിൽ മുന്നേറാനാകൂ എന്ന ബോധ്യത്തിൽ കമ്യൂണിസ്റ്റ് ഗ്രൂപ്പുകൾ രൂപപ്പെട്ടു. 1934 ൽ കമ്യൂണിസ്റ്റ് പാർട്ടി ഓഫ് ഇന്ത്യ സമ്പൂർണ പാർട്ടിയായി. 1939 ൽ കേരളത്തിലെ കോൺഗ്രസ് സോഷ്യലിസ്റ്റ് പാർട്ടിയുടെ കേരളഘടകം നിരോധിത കമ്യൂണിസ്റ്റ് പാർട്ടി ഓഫ് ഇന്ത്യയിൽ ചേരാൻ തീരുമാനിച്ചു.

1939 സെപ്തംബർ 1-ാം തീയതി രണ്ടാം ലോകമഹായുദ്ധം പൊട്ടിപ്പുറപ്പെട്ടു. യുദ്ധം പൊട്ടിപ്പുറപ്പെട്ടതോടെ ഗവൺമെന്റ് വളണ്ടിയർ സേനയെ നിരോധിച്ചു. കെ പി സി സി വളണ്ടിയർ സേനയെ പിരിച്ചുവിട്ടു. എങ്കിലും സർക്കാർ ഏർപ്പെടുത്തിയ നിർബന്ധിത യുദ്ധഫണ്ട് പിരിവി നെതിരെ കർഷകസംഘത്തിന്റെ നേതൃത്വത്തിൽ കയ്യൂരിലും വലിയ പ്രക ടനം നടന്നു. കയ്യൂരിന്റെ ചരിത്രത്തിൽ നിർണായകമായി മാറിയ സംഭവ മാണ് രണ്ട് കമ്യൂണിസ്റ്റ് സെല്ലുകൾ രൂപീകരിച്ചത്. സ. പി സുന്ദരയ്യ രണ്ടു യോഗത്തിലും പങ്കെടുത്തു. ഈ ഘട്ടത്തിൽ സർക്കാർ കർഷക സംഘത്തെ നിരോധിച്ചു. ജന്മിമാർ ഈ അവസരം ഉപയോഗപ്പെടുത്തി തങ്ങളുടെ അടിച്ചമർത്തൽ നയങ്ങളുമായി മുന്നോട്ടു വന്നു.

കമ്യൂണിസ്റ്റ് പാർട്ടിയുടെ നേതൃത്വത്തിൽ യുദ്ധത്തിനെതിരെ ശക്ത മായ പ്രക്ഷോഭങ്ങളും പ്രചാരണങ്ങളും സംഘടിപ്പിക്കപ്പെട്ടു. കേരള ത്തിലെ അന്നത്തെ കെ പി സി സി ഇടതുപക്ഷ നേതൃത്വത്തിലുള്ളതായി രുന്നു. 1940 സെപ്തംബർ 15ന് പ്രതിഷേധദിനം ആചരിക്കാൻ കെ പി സി സി ആഹ്വാനം ചെയ്തു. പ്രതിഷേധദിനം വൻജനപങ്കാളിത്ത ത്തോടെ ആചരിച്ചു. മട്ടന്നൂരും മൊറാഴയിലും തലശ്ശേരിയിലും വെടിവയ്പ് നടന്നു. തലശ്ശേരി വെടിവയ്പിൽ സഖാക്കൾ അബു, ചാത്തുക്കുട്ടി എന്നി വർ രക്തസാക്ഷികളായി. മൊറാഴയിൽ ഒരു സബ്ഇൻസ്പെകൂറും രണ്ടു പൊലീസുകാരും ഏറ്റുമുട്ടലിൽ കൊല്ലപ്പെട്ടു. മലബാർ മേഖലയാകെ ഈ ഘട്ടത്തിൽ പോലീസ് വേട്ടയിലമർന്നു. പോലീസ് ഏജന്റുമാരും ഒറ്റുകാരും സി ഐ ഡികളും സജീവമായി. കമ്യൂണിസ്റ്റുകാരുടെ ഒളിവു പ്രവർത്തനവും.

## കയ്യൂർ സംഭവത്തിന്റെ പശ്ചാത്തലം

കയ്യൂർ ജനതയിൽ ഒട്ടുമിക്ക ആളുകളും അക്കാലത്ത് കർഷകസംഘ ത്തിൽ അംഗങ്ങളായി. സർദാർ ചന്ദ്രോത്തിന്റെ നേതൃത്വത്തിൽ വളണ്ടിയർ പരിശീലനം നേടിയ ഒട്ടേറെ കേഡർമാർ അന്നു കയ്യൂരിലു ണ്ടായിരുന്നു. അവർ ഏറെയും കമ്മ്യൂണിസ്റ്റ് പാർട്ടി അംഗങ്ങളും, അന്നത്തെ വളണ്ടിയർ ഓഫീസർമാരെ ജനങ്ങൾ പേരിനൊപ്പം 'ആഫീ സർ' എന്നു ചേർത്ത് ബഹുമാനപുരസ്സരം വിളിച്ചുപോന്നു. അടിയന്തര ആവശ്യങ്ങൾ ഉന്നയിച്ചും അക്രമപ്പിരിവുകൾ തടയണമെന്നാവശ്യപ്പെട്ടും കർഷകസംഘം ഒരു നിവേദനം തയ്യാറാക്കി മുൻകൂർ കോപ്പി നീലേശ്വരം രാജാവിന് നൽകി. 1941 മാർച്ച് 30 ന് കയ്യൂരിൽ നിന്ന് വാളണ്ടിയർമാരുടെ അകമ്പടിയോടെ ഒരു ഉശിരൻ കർഷകജാഥ നീലേശ്വരം കോവിലക ത്തേയ്ക്കു പോകാൻ തീരുമാനിച്ചു. ജാഥയുടെ വിജയത്തിനായി കയ്യൂരിൽ നടത്തിയ ജാഥയ്ക്കു മുന്നിൽ വന്നുപെട്ട ബാലകൃഷ്ണൻ നായർ എന്ന റവന്യൂ ഇൻസ്പെക്ടർ ജാഥാംഗങ്ങൾ വഴിമാറുന്നതു പ്രതീ ക്ഷിച്ചു. അവർ മാറിയില്ലെന്നു മാത്രമല്ല ഉച്ചത്തിൽ മുദ്രാവാക്യം മുഴ ക്കുകയും ചെയ്തു. ഇതിൽ പ്രകോപിതനായ അയാൾ കളക്ടർക്ക് കള്ള റിപ്പോർട്ടുകൾ നൽകി. ജാഥയിൽ പങ്കെടുത്ത ഏതാനും ആളുകളുടെ പേര് കുറിച്ചെടുത്ത് അയാൾ കേസാക്കി. നേതാക്കൾക്കും പ്രവർത്ത കർക്കും എതിരെ കള്ളക്കേസ്സ് രജിസ്റ്റർ ചെയ്തു. ഡിഫൻസ് ഓഫ് ഇന്ത്യ റൂൾ പ്രകാരം ചൂരിക്കാടൻ കൃഷ്ണൻ നായർ ഉൾപ്പെടെയുള്ള നേതാ ക്കൾക്കെതിരെ അറസ്റ്റ് വാറണ്ട് പുറപ്പെടുവിച്ചു. അറസ്റ്റ് ഉണ്ടായാൽ ചെറുക്കാൻ പാർട്ടി സെൽ തീരുമാനിച്ചു. നിരീക്ഷണ സംവിധാനവും ഏർപ്പെടുത്തി. നിവേദനത്തിന്റെ മുൻകൂർപ്രതി കിട്ടിയ നീലേശ്വരം രാജാവും മാടമ്പിമാരും ആവശ്യങ്ങൾ തിരസ്കരിക്കാൻ തീരുമാനിച്ചു. കർഷകർക്കെതിരെ ഭീതിതമായ കഥകൾ പ്രചരിപ്പിച്ചു. ജാഥയെ നേരി ടാൻ പൊലീസ് തയാറെടുത്തു. സി ഐ ഡി കളെക്കൊണ്ട് കയ്യൂർ നിറഞ്ഞു. മത്തിൽ അപ്പുവിന്റെ കാര്യങ്കോട് പുഴവക്കത്തുള്ള കടയിൽ നിരീക്ഷണത്തിനായി എത്തിയ സഖാക്കൾക്കു നേരെ അതിക്രമം അഴിച്ചു വിട്ടു. തലേദിവസം പട്ടേലരുടെ വീട്ടിൽ കിടന്നുറങ്ങുകയായിരുന്ന ഗോവി ന്ദൻ നമ്പ്യാർ എന്ന പോലീസുകാരനെ കുത്തിയത് മത്തിൽ അപ്പുവാ യിരുന്നു എന്ന തെറ്റായ വിവരത്തിനെ തുടർന്നായിരുന്നു പൊലീസ് മർദനം.

## കയ്യൂർ സംഭവം

അന്നുരാത്രി കർഷകസംഘം നേതാക്കളായ ടി വി കുഞ്ഞിരാമ നെയും ടി വി കുഞ്ഞമ്പുവിനെയും പോലീസ് കസ്റ്റഡിയിൽ എടുത്തു. വാർത്ത ഏറെവേഗം കയ്യൂരുള്ള വീടുകളിലേക്കു പരന്നു. മർദനത്തിൽ പ്രതിഷേധിച്ച് മാർച്ച് 28ന് പ്രകടനും യോഗവും നടത്താൻ കർഷക

സംഘം തീരുമാനിച്ചു. അന്നേദിവസം ഒരു പോസ്റ്റുമോർട്ടവുമായി ബന്ധ പ്പെട്ട് പോലീസ് വീണ്ടും കയ്യൂരെത്തി. അക്കൂട്ടത്തിൽ മന്ത്തിൽ അപ്പു വിന്റെ ചായക്കടയിൽ നടത്തിയ പൊലീസ് നായാട്ടിന് നേതൃത്വം കൊടുത്ത സുബ്രായൻ എന്ന പോലീസുകാരനും ഉണ്ടായിരുന്നു. അയാൾക്ക് കയ്യൂരെ യഥാർഥ രാഷ്ട്രീയ സ്ഥിതിയെപ്പറ്റി വലിയ വിവരമു ണ്ടായിരുന്നില്ല. അയാൾ അടുത്തുള്ള ചായക്കടക്കാരന് ലൈസൻസ് പുതുക്കാത്തതിന്റെ പേരിൽ നോട്ടീസ് നൽകിയ ശേഷം മടക്കയാത്രയ്ക്ക് കാത്തിരിക്കുകയായിരുന്നു. നന്നായി മദ്യപിച്ചിട്ടുണ്ടായിരുന്നു. വൈകു ന്നേരം 3 മണിക്ക് പാലായി ഭാഗത്തുനിന്നുമെത്തിയ ജാഥയും കയ്യൂർ കവലയിൽ ഉണ്ടായിരുന്ന സഖാക്കളും ഭേർന്ന് ഒരു ഉശിരൻ ജാഥ പുഴ ക്കരയിൽക്കൂടി ചെരിയക്കര ഭാഗത്തേക്കു നീങ്ങി. ചെങ്കൊടികളും പിടിച്ച് യൂണിഫോറമിട്ട വളണ്ടിയർമാരുടെ അകമ്പടിയോടെയായിരുന്നു ജാഥ. "ഇൻക്വിലാബ് സിന്ദാബാദ്" "ബ്രിട്ടീഷ് ഭരണം നശിക്കട്ടെ" 'ജന്മിത്തം നശിക്കട്ടെ' തുടങ്ങിയ മുദ്രാവാക്യങ്ങൾ ഉച്ചത്തിൽ മുഴക്കിയിരുന്നു. ജാഥ സുബ്രായൻ ഇരിക്കുന്ന കടയ്ക്കുമുന്നിൽ എത്തി. മർദകവീരനായ സുബ്രായനെ മർദനമേറ്റ ചിലർ തിരിച്ചറിഞ്ഞു. അവർ മുദ്രാവാക്യം ഉച്ചത്തിലാക്കി. കോപാക്രാന്തനായ സുബ്രായൻ കത്തിനിവർത്തി പിടിച്ചു. ജാഥാംഗങ്ങൾ കത്തി തട്ടിത്തെറിപ്പിച്ചു. തല്ലിവിടാനായിരുന്നു ചിലരുടെ വാശി. മുതിർന്നവർ ഇടപെട്ടു വിലക്കി. പക്ഷെ അയാളെ വെറുതെവിടു ന്നതു പന്തികേടാകുമെന്ന് ഏകാഭിപ്രായമുണ്ടായി. ഒടുവിൽ ചെങ്കൊടി പിടിപ്പിച്ച് അയാളെ ജാഥയുടെ മുന്നിൽ കൂക്കണ്ടംവരെ നടത്തിക്കാൻ തീരുമാനിച്ചു. കുതറിമാറാൻ നോക്കിയെങ്കിലും ഒടുവിൽ ചെങ്കൊടി പിടിച്ച് മുന്നിൽ നടക്കാൻ സുബ്രായൻ നിർബന്ധിതനായി.

വഴിയോരത്തുനിന്നവർക്ക് അതൊരു കാഴ്ചതന്നെയായിരുന്നു. മർദകവീരനായ സുബ്രായൻ ചെങ്കൊടിയുമേന്തി ജാഥ നയിക്കുന്നു. ഓരോ അടിയും മുന്നോട്ടു നീങ്ങാൻ അയാൾ ഏറെ ക്ലേശിച്ചു. പുറകെ വരുന്നവരുടെ ശകാരം. നാട്ടുകാരുടെ പരിഹാസം. ശരിക്കും ഗതികെട്ടു പോയ അയാൾ കൊടിക്കമ്പുകൊണ്ട് അടുത്തുനിന്നവരെ തല്ലിയിട്ട് ഒറ്റ ഓട്ടം. നേരേ ഓടുകയേ നിവൃത്തിയുള്ളു. കിഴക്ക് കാര്യങ്കോടുപുഴ, പടി ഞ്ഞാറ് കുറ്റിക്കാട്, പുറകെ ജാഥാംഗങ്ങൾ. ഓടിയവന്റെ പിന്നാലെ കുറെ പ്പേർ പാഞ്ഞു. ഓടിപ്പോയ സുബ്രായനൻ ഒരു ഫർലോങ്ങ് പിന്നിട്ട് ഒറ്റ നിൽപ്പ്. കാര്യം പന്തിയല്ല. എതിർ വശത്തുനിന്നും മറ്റൊരു ജാഥ മുഖ്യജാഥയിൽ ചേരാനായി എത്തുന്നു. രണ്ടു ജാഥകൾക്കിടയിൽപ്പെട്ട അയാൾക്കു മുന്നിൽ ഒരു വഴിയേ ഉള്ളു. പുഴയിൽ ചാടി നീന്തി രക്ഷ പ്പെടുക. അയാൾ പുഴയിലേക്ക് എടുത്തു ചാടി. കുറെദൂരം നീന്തി. യൂണി ഫോറം ധരിച്ചിരുന്നതും ഓട്ടത്തിന്റെ തളർച്ചയും ഉള്ളിലെ കള്ളും ചേർത്ത് അയാളെ കാര്യങ്കോട് പുഴയുടെ ആഴങ്ങളിലേക്കു കൊണ്ടു പോയി.

മാർച്ച് 30 ന് സുബ്രായന്റെ ശവം കാര്യങ്കോട് പാലത്തിനു സമീപം

കയ്യൂരെ പൊലീസ് ക്യാമ്പ് (ഓലക്കെട്ടിടം)

പൊങ്ങി.

പൊലീസ് എത്തി. ഗ്രാമമാകെ വിജനമായി. പുരുഷന്മാരാകെ ഒളി വിൽ പോയി. റിസർവ് പൊലീസും എം എസ് പി യും കയ്യൂരിൽ ക്യാമ്പു ചെയ്തു. ഹോസ്ദുർഗ് താലൂക്കിലെങ്ങു എം എസ് പി കാരുടെ നര നായാട്ട് അരങ്ങേറി. കാസറഗോഡ് സർക്കിൾ ഇൻസ്പെക്ടർ രാമൻ ഇതി നെല്ലാം നേതൃത്വം നൽകി. കയ്യിൽ കിട്ടിയവരെയെല്ലാം തല്ലിച്ചതച്ചു. വീടുകളിൽ കയറി ഗൃഹോപകരണങ്ങൾ തകർത്തു. സ്ത്രീകളെ ഉപദ്ര വിച്ചു. പൊലീസ് ക്യാമ്പ് ദീനരോദനങ്ങളാൽ മുഖരിതമായി.

പൊലീസ് തേർവാഴ്ചയ്ക്കെതിരെ ഹോസ്ദുർഗ് കോൺഗ്രസ് കമ്മിറ്റി അധ്യക്ഷൻ ഹർജി നൽകി. അന്വേഷണത്തിനായി ജില്ലാ മജി സ്ട്രേട്ട് കയ്യൂരെത്തി. ഒടുവിൽ കയ്യൂരിൽനിന്നും സ്പെഷ്യൽ പൊലീസിനെ പിൻവലിച്ചു. ഒരുമാസത്തിനു ശേഷം പ്രതിചേർക്കപ്പെട്ട 61 പേരെയും പൊലീസ് അറസ്റ്റ് ചെയ്തു.

ഗവൺമെന്റ് ഭാഗം വാദിച്ചത് പ്രശസ്ത അഭിഭാഷകൻ ബാരിസ്റ്റർ എം കെ നമ്പ്യാർ. പ്രതികൾക്കുവേണ്ടി വി രാജറാവു കോടതിയിൽ ഹാജ രായി. 74 സാക്ഷികളാണ് ലിസ്റ്റിൽ ഉണ്ടായിരുന്നത്. എം പി ശങ്കര റാവുവിനെ സ്പെഷ്യൽ മജിസ്ട്രേട്ടായി നിയമിച്ചു. പ്രാഥമിക വിചാര ണയ്ക്കുശേഷം കേസ് സെഷൻസ് കോടതിയിലേക്കു മാറ്റി. ഒരു വർഷ ത്തോളം കേസ് നീണ്ടു. പ്രതികൾക്കുവേണ്ടി സെഷൻസ് കോടതിയിൽ എ കെ പിള്ള ഹാജരായി. വളണ്ടിയർമാരുടെ കാക്കി യൂണിഫോറം, ഹോസ്ദുർഗ് കോൺഗ്രസ് കമ്മിറ്റി മെമ്പർമാരുടെ ലിസ്റ്റ്, മലബാർ കർഷകസംഘം രസീത്, മിനിറ്റ്സ് തുടങ്ങിയവ തെളിവായി ഹാജരാക്കി.

മഞ്ഞിൽ അപ്പു, പൊടോര കുഞ്ഞമ്പു നായർ, കോയിത്താറ്റിൽ ചിരുകണ്ടൻ, പള്ളിക്കൽ അബുബക്കർ, ചൂരിക്കാടൻ കൃഷ്ണൻ നായർ എന്നിവരെ തൂക്കിക്കൊല്ലാൻ വിധിച്ചു. മൈനറായിരുന്നതിനാൽ

കൃഷ്ണൻ നായരെ ബോസ്റ്റൽ സ്കൂളിലേക്കയച്ചു. സ. ഇ കെ നായനാർ മൂന്നാം പ്രതിയായിരുന്നു. എന്നാൽ പിടികൂടാത്തതിനാൽ പ്രതിസ്ഥാനത്തുനിന്നും നീക്കം ചെയ്തു. പകരം പയ്യൻ കേളുനായരെ മൂന്നാം പ്രതിയാക്കി. ഹൈക്കോടതി അപ്പീൽ സ്വീകരിച്ചില്ല. ഇതിനെതിരെ വ്യാപകമായ പ്രതിഷേധമുണ്ടായി. വധശിക്ഷ വിധിക്കപ്പെട്ട സഖാക്കളോട് അനുഭാവം പ്രകടിപ്പിച്ച് രാജ്യമെമ്പാടും പ്രകടനം നടന്നു. കൽക്കത്തയിൽ കമ്യൂണിസ്റ്റ് പാർട്ടിയുടെ നേതൃത്വത്തിൽ വൻ റാലി നടന്നു. ബ്രിട്ടീഷ് കമ്യൂണിസ്റ്റ് പാർട്ടി ഡി എൻ പിറ്റിനെയും വി കെ കൃഷ്ണമേനോനെയും ഈ കേസ് ഏൽപ്പിച്ചു. പ്രിവികൗൺസിൽ അപ്പീൽ കേൾക്കാൻ അനുവാദത്തിനായി ഇവർ നീക്കം നടത്തി. എന്നാൽ അപ്പീൽ സ്വീകരിക്കപ്പെട്ടില്ല.

മൊറാഴകേസിൽ കെ പി ആർ ഗോപാലന്റെ വധശിക്ഷ ജീവപര്യന്തമായി കുറയ്ക്കാൻ കോൺഗ്രസും മഹാത്മാഗാന്ധിയും ഇടപെട്ടിരുന്നു. ബ്രിട്ടീഷുകാരുമായി കോൺഗ്രസ് ചർച്ച തുടരുന്ന അവസരമായിരുന്നു അത്. എന്നാൽ കയ്യൂർ കേസിൽ അതുണ്ടായില്ല. ഇതിന്റെ രാഷ്ട്രീയ സാഹചര്യങ്ങളെപ്പറ്റി സ. ഇ എം എസ് ഇപ്രകാരം എഴുതി,

അന്ന് കെ പി ആറിനെ എന്നപോലെ ഇപ്പോൾ കയ്യൂർ സഖാക്കളെയും രക്ഷിക്കാനുള്ള പ്രക്ഷോഭം പാർട്ടി മുൻകൈ എടുത്ത് സംഘടിപ്പിക്കുകയുണ്ടായി. പക്ഷെ രാഷ്ട്രീയ സ്ഥിതിഗതികളാകെ മാറിക്കഴിഞ്ഞിരുന്നു. കോൺഗ്രസ് നേതാക്കളും ഗവൺമെന്റും തമ്മിലുള്ള കൂടിയാലോചന എങ്ങും എത്താതെ സമരം തുടങ്ങാൻ കോൺഗ്രസ് നിർബന്ധിക്കപ്പെട്ടിട്ട് മാസങ്ങളോളമായി. ആഗസ്ത് സമരത്തെയും അതിന് ആഹ്വാനം നൽകിയ കോൺഗ്രസിനെയും അടിച്ചമർത്തിയെന്ന അഹങ്കാരമാണ് ബ്രിട്ടീഷുകാരെ നയിച്ചതെങ്കിൽ "ആഗസ്ത് സമരത്തെ വഞ്ചിച്ച"വരാണ് കമ്യൂണിസ്റ്റുകാരെന്ന ഉറച്ച വിശ്വാസത്തോടെ 'വഞ്ചന'യ്ക്ക് പകരം വീട്ടാൻ ഒരുങ്ങിയിരിക്കുകയായിരുന്നു കോൺഗ്രസുകാർ. ആ സ്ഥിതിക്ക് കയ്യൂർ സഖാക്കളെ രക്ഷിക്കാനുള്ള പ്രസ്ഥാനത്തിന് കോൺഗ്രസുകാർ ചേരുന്നതിന്റെയോ അവർ ആ ആവശ്യം ഉന്നയിച്ചാൽ തന്നെ ബ്രിട്ടീഷ് ഗവൺമെന്റ് അത് അംഗീകരിക്കുന്നതിന്റെയോ പ്രശ്നം ഉദിക്കുന്നില്ല."

ഇതുമായി ബന്ധപ്പെട്ട് "അക്രമ പ്രവണതയും' "അഹിംസയും" സമൂഹത്തിൽ ചർച്ച ചെയ്യപ്പെട്ടു. അഹിംസയാണ് മഹാത്മാഗാന്ധി ഉയർത്തിപ്പിടിച്ചത്. ഇ എം എസ് അതേക്കുറിച്ച് പ്രതികരിച്ചത് ഇപ്രകാരമായിരുന്നു. ".....ബലപ്രയോഗം", "അഹിംസ" മുതലായ തത്വങ്ങൾപോലും അവ പ്രയോഗത്തിൽ വരുന്ന രാഷ്ട്രീയ ചുറ്റുപാടുകളുടെ നാലതിരുകൾക്കകത്താണ് പ്രവർത്തിക്കുന്നത്. ഇതു രണ്ടും 'തത്വങ്ങൾ' എന്ന നിലയ്ക്ക് അംഗീകരിക്കുന്നു എന്നവകാശപ്പെടുന്നവരുടെ പ്രവർത്തനത്തെപ്പോലും നിയന്ത്രിക്കുന്നത് അന്നത്തെ രാഷ്ട്രീയ ചുറ്റുപാടുകളാണ്.

## ജയിൽവാസവും കമ്യൂണിസ്റ്റ് നേതാക്കളുടെ ജയിൽ സന്ദർശനവും

സാധാരണ മനുഷ്യരെ ചരിത്രത്തിന്റെ ഗതിവിഗതികൾ എപ്രകാരം ധീരന്മാർ ആക്കുന്നു എന്നതിന്റെ ദൃഷ്ടാന്തം കൂടിയാണ് കയ്യൂർ സംഭവം.

### മഠത്തിൽ അപ്പു

*മഠത്തിൽ അപ്പു*

1917ൽ ദരിദ്രകർഷക കുടുംബത്തിൽ ജനനം. പ്രാഥമിക വിദ്യാഭ്യാസം, കളരി അഭ്യാസം, കർഷകസംഘം പ്രവർത്തകൻ. വളണ്ടിയർ പരിശീലന ക്യാമ്പ് ജീവിതത്തെ മാറ്റി മറിച്ചു. 1939 ൽ കമ്യൂണിസ്റ്റ് പാർട്ടി അംഗമായി. ചായക്കട നടത്തി. ചായക്കടയിൽ ഉറങ്ങുകയായിരുന്ന സഖാക്കളെ ആക്രമിച്ച പോലീസിനെ നേരിട്ടു. മൂന്നുവിവാഹം കഴിച്ചു. അവസാനം ഒപ്പമുണ്ടായത് വെള്ളച്ചി.

### കോയിത്താറ്റിൽ ചിരുകണ്ടൻ

1922 ൽ കർഷക കുടുംബത്തിൽ ജനനം. പ്രാഥമിക വിദ്യാഭ്യാസം. മഠത്തിൽ അപ്പുവിന്റെ ഉറ്റ ചങ്ങാതി. 1939ൽ കമ്യൂണിസ്റ്റ് പാർട്ടി അംഗമായി. 1941 മാർച്ചിൽ റവന്യൂ ഇൻസ് പെക്കറെ രോഷാകുലനാക്കിയ പ്രകടനം സംഘടിപ്പിച്ചയാൾ. വാളന്റിയർ പരിശീലനം ലഭിച്ചു. ലോക്കപ്പിൽ ഏറ്റവും കൂടുതൽ മർദനം ലഭിച്ചയാൾ.

*കോയിത്താറ്റിൽ ചിരുകണ്ടൻ*

### പൊടോര കുഞ്ഞമ്പുനായർ

*പൊടോര കുഞ്ഞമ്പുനായർ*

1911 ൽ ജനനം. കള്ളുഷാപ്പു പിക്ക റ്റിങ്ങിലൂടെ രാഷ്ട്രീയത്തിൽ. പുനംകൃഷി നടത്തി കുടുംബം പോറ്റി. സുബ്രായൻ പുഴയിൽ ചാടുമ്പോൾ എതിർപ്രകടനത്തിലായിരുന്നു. കള്ളക്കേസിൽ കുടുക്കുകയായിരുന്നു. കമ്യൂ ണിസ്റ്റ് പാർട്ടി പ്രവർത്തകൻ.

### പള്ളിക്കൽ അബൂബേക്കർ

1918 ൽ ജനനം. ദരിദ്രകുടുംബം. കർഷ കതൊഴിലാളി. ചന്തു ആഫീസറുടെ

പള്ളിക്കൽ
അബൂബേക്കർ

നേതൃത്വത്തിൽ നടന്ന വളണ്ടിയർ പരിശീ
ലനത്തിൽ പങ്കെടുത്തു. കർഷകസംഘത്തി
ലൂടെ കമ്യൂണിസ്റ്റ് പാർട്ടിയിൽ. 1938 ൽ ടി എസ്
തിരുമുമ്പ് മംഗലപുരത്തേക്കു നയിച്ച ജാഥയിൽ
അംഗമായിരുന്നു.

വധശിക്ഷയും കാത്ത് കണ്ണൂർ ജയിലിലെ
കണ്ടംസെല്ലിൽ അടയ്ക്കപ്പെട്ട സഖാക്കൾ
അസാമാന്യ ധീരതയാണ് കാട്ടിയത്. പ്രിവി
കൗൺസിൽ അപ്പീൽ സ്വീകരിക്കാൻ കൂട്ടാ
ക്കാത്ത കാര്യം അറിഞ്ഞിട്ടും അവർ ഒരു ഭാവ
ഭേദവും കാട്ടിയില്ല. അന്നു ജയിൽ വാർഡ
നായിരുന്നയാൾ വി വി കുഞ്ഞമ്പുവിനോട്
പറഞ്ഞത് ഇപ്രകാരമായിരുന്നു,

വധശിക്ഷ വിധിക്കപ്പെട്ട പലരെയും ഞാൻ കണ്ടിട്ടുണ്ട്. അവരിൽ
പലരും തൂക്കുന്നതിനു മുമ്പു തന്നെ ബേജാറുകൊണ്ട് ജീവഛവങ്ങളായി
മാറുകയാണു പതിവ്. എന്നാൽ ഇത്തരം ഉരുക്കു മനുഷ്യരെ ഞാൻ
എന്റെ ജീവിതത്തിൽ കണ്ടിട്ടില്ല. ശരിക്കും സിംഹക്കുട്ടികൾ....

പി സി ജോഷി, പി സുന്ദരയ്യ, കൃഷ്ണപിള്ള എന്നിവർ സഖാക്കളെ
കാണാനെത്തി. ആശ്വസിപ്പിക്കാനെത്തിയവർക്ക് ആത്മവിശ്വാസം നൽകി
മടക്കുകയാണ് സഖാക്കൾ ചെയ്തത്. 'ഏതു ഭയങ്കരമായ കോളുക
ളെയും കൊടുങ്കാറ്റുകളെയും തെല്ലും കൂസാതെ നേരിട്ട് ജിബ്രാൾട്ടൻ
പാറപോലെ തല ഉയർത്തി നിൽക്കാറുള്ള സഖാവ് പി കൃഷ്ണപിള്ള
പോലും ഇടറിപ്പോയതായി കൂടെ ഉണ്ടായിരുന്നവർ രേഖപ്പെടുത്തിയി
ട്ടുണ്ട്.

മഠത്തിൽ അപ്പു ഇങ്ങനെ പറഞ്ഞു:

സഖാക്കളെ, ഞങ്ങളെ ചൊല്ലി നിങ്ങൾ വ്യസനിക്കരുത്. ഞങ്ങൾ
ഞങ്ങളുടെ കടമ നിർവഹിച്ചു എന്നതിൽ ഞങ്ങൾക്ക് അഭിമാനമുണ്ട്.
എന്തുചെയ്തും നമ്മുടെ പ്രസ്ഥാനം മുന്നോറണമെന്നേ ഞങ്ങൾക്കാഗ്രഹ
മുള്ളൂ. ലക്ഷ്യത്തിലെത്തുന്നതുവരെ കൂടുതൽ ഉഷാറായി പ്രവർത്തിച്ചു
മുന്നേറാൻ സഖാക്കളോടു പറയുക.

## തൂക്കുമരത്തിനു മുന്നിലെ നിമിഷങ്ങൾ

1943 മാർച്ച് 27 രാത്രി. മരണത്തിലേക്കുള്ള നിമിഷങ്ങൾ അടുത്ത
തുടുത്തുവന്നു. നിശ്ചലമായ അന്തരീക്ഷം. ജയിൽ വളപ്പിലെ ഏഴിലംപാല
കൾ പൂത്തിരുന്നു. കണ്ണൂർ ജയിലിലെ മങ്ങിയ വെട്ടത്തിൽ നിഴലുകൾ
നീങ്ങി. പുലർക്കാലത്തെ ഓർമ്മപ്പെടുത്തി വാവലുകൾ പറന്നു. സൂര്യോ
ദയം അടുത്തു. പതിനഞ്ചുമിനിറ്റുകൂടി കഴിഞ്ഞു. ജയിൽ ഭിത്തികൾ ഭേദിച്ച്
സ്വാതന്ത്ര്യത്തിന്റെ തുറസ്സിലേക്ക് ആ കൂട്ടായ ശബ്ദം മുഴങ്ങിയെത്തി:
"ഇൻക്വിലാബ് സിന്ദാബാദ്, കമ്യൂണിസ്റ്റ് പാർട്ടി സിന്ദാബാദ്, കർഷക

സംഘം സിന്ദാബാദ്, സഖാക്കളെ മുന്നോട്ട്."

രാത്രി മുഴുവനും കാത്തിരുന്നവർ ചെങ്കൊടികൾ ഉയർത്തിപ്പിടിച്ചു. പുലർകാല സൂര്യന്റെ ആദ്യവെട്ടം ഭൂമിയിൽ വീണപ്പോൾ നടുക്കുന്ന ആ നിമിഷം വന്നെത്തി.

കയ്യൂർ സമരസഖാക്കൾ അനശ്വരരായി.

1943 മാർച്ച് 28 ചരിത്രത്തിൽ രേഖപ്പെട്ടുകഴിഞ്ഞു.

ചൂരിക്കാടൻ കൃഷ്ണൻ നായരുടെ വീട് സന്ദർശിച്ചശേഷം കയ്യൂരിൽ നിന്നും മടങ്ങുമ്പോൾ ഒരുനിമിഷം ചീമേനി രക്തസാക്ഷികളുടെ സ്മൃതിമണ്ഡപത്തിൽ നിന്നു. കയ്യൂർ സഖാക്കളുടെ പരമ്പര തുടരുകയാണ്. സമത്വത്തിന്റെ പാതയിലൂടെയുള്ള മഹാപ്രസ്ഥാനത്തിൽ ആരെല്ലാം വഴിയിൽ വീണു അവരുടെ സ്മര

കയ്യൂർ രക്തസാക്ഷി മണ്ഡപം

ണകളിൽ, ചോരകിനിയുന്ന ജീവിതങ്ങളിൽ, സ്പർശിക്കാതെ നമുക്ക് മുന്നോട്ടുപോകാനാവില്ല. യാത്ര ഇനിയും എത്രയോ നീളുന്നു.

ഇരുട്ടു വീഴുന്നു.

വഴികൾ അതീവ ദുർഘടം.

വി വി കുഞ്ഞമ്പു

കയ്യൂരിന്റെ നാട്ടിൻപുറങ്ങൾ ഇപ്പോഴും നാട്ടിൻപുറങ്ങൾതന്നെയാണ്. ചവിട്ടുവഴികളും ചെറിയ അരുവികളും പിന്നിട്ട് ചീവീടിന്റെ ഇടയ്ക്കിടെ നിൽക്കുന്ന ആരവത്തിന്റെ അകമ്പടിയോടെയാണ് നാരായണൻ നായരുടെ വീട്ടിലെത്തുന്നത്. കുറുവാടൻ നാരായണൻ നായർ കയ്യൂർ കേസിലെ 16-ാം പ്രതി. പ്രതികളിൽ ജീവിച്ചിരിക്കുന്ന മൂന്നു പേരിൽ ഒരാൾ. വാർധക്യത്തിന്റെ അവശതകളുമായി ചാരുകസേരയിൽ കിടന്ന് നാരായണൻ നായർ സംസാരിച്ചു. ശബ്ദത്തിന് പോയ കാലത്തിന്റെ മുഴക്കം.

രാധാകൃഷ്ണൻ ചെറുവല്ലി, ടി എ രാജശേഖരൻ, രാജശശി കെ

*കുറുവാടൻ നാരായണൻ നായരും ഭാര്യയും*

മഠത്തിൽ അപ്പുവിന്റെ ചായക്കടയിൽ പൊലീസിന്റെ വരവും കാത്തു കിടന്നുറങ്ങിപ്പോയവരുടെ കൂട്ടത്തിൽ നാരായണൻ നായരുണ്ടായിരുന്നു. പ്രതി ചേർക്കപ്പെട്ടെങ്കിലും കോടതി വെറുതെ വിട്ടു. ഇപ്പോഴും പാർട്ടി മെമ്പറാണ്. എഴുപതിലേറെ കൊല്ലങ്ങൾ. പാർട്ടിക്കെതിരെ നടക്കുന്ന നുണപ്രചരണങ്ങൾ പൊളിയുകതന്നെ ചെയ്യും. എന്തൊക്കെ ദുഷ്പ്രച രണങ്ങൾക്ക് വിധേയമായാണ് പാർട്ടി കടന്നുപോയിട്ടുള്ളതെന്ന് നാരാ യണൻ നായർ ഓർമിപ്പിച്ചു.

അക്കാലത്തെ ജന്മിത്ത വിരുദ്ധപോരാട്ട സ്മരണകളിലൂടെ ഒരുവട്ടം കൂടി പോയി. വിളകൊയ്ത്തുസമരങ്ങൾ, നെല്ലെടുപ്പ് സമരങ്ങൾ, തോൽ വിറകുസമരം... ജന്മിമാരുടെ ഗുണ്ടകൾ, അവരുടെ വിക്രിയകൾ.... ഒറ്റു കാർ.... അധികാരികൾ, സാധാരണ മനുഷ്യരുടെ ത്യാഗങ്ങൾ....

ഒട്ടേറെ മുള്ളുകളും ഇലകളും വന്നതിനു ശേഷമത്രേ ഒടുവിൽ ചുവന്ന പൂക്കൾ വിരിഞ്ഞത്.

കയ്യൂരിലെ ഇരുട്ടിലൂടെ, സഖാക്കൾ കാട്ടിയ ഇത്തിരിവെട്ടത്തിലൂടെ നടന്ന് ഒടുവിൽ വെളിച്ചത്തിന്റെ പാതയിലേക്ക് ഞങ്ങൾ കടന്നു. കയ്യൂരേക്കുള്ള യാത്രകൾ നമുക്ക് ഒരിക്കലും അവസാനിപ്പിക്കാനാവില്ല. അവിടെ മഠത്തിൽ അപ്പുമാരുണ്ട്. കോയിത്താറ്റിൽ ചിരുകണ്ടന്മാരുണ്ട്. പൊടോര കുഞ്ഞമ്പുമാരുണ്ട്, പള്ളിക്കൽ അബൂബക്കർമാരുണ്ട്....

അവർ നമ്മെ കാത്തിരിക്കുന്നുണ്ട്.

# 5

# കയ്യൂർ സഖാക്കളെപ്പറ്റി പി സി ജോഷി

തുരങ്കങ്ങൾ ഊടുവഴികൾ ഞങ്ങൾക്ക് മുന്നിൽ വളഞ്ഞുതിരിഞ്ഞ് വളർന്നു. വഴിയുടെ ഒടുക്കം "കണ്ടം സെല്ലി"ന്റെ വാതിലുകൾ. ആദ്യ നാലു സെല്ലുകളിൽ അവർ ഉണ്ടായിരുന്നു. അക്ഷോഭ്യരായി മുഷ്ടി ചുരുട്ടി അവർ ലാൽസലാം പറഞ്ഞു. നാല് സെല്ലു കളുടെയും മുന്നിലൂടെ പോയ ശേഷം ഞാൻ വീണ്ടും നടുഭാഗത്തേക്ക് വന്നു.

ഒരു വർഷത്തെ ജയിൽ ജീവിതം തെല്ല് ചടപ്പിച്ചിരുന്നു. എങ്കിലും അവരുടെ കണ്ണുകളിൽ പ്രകാശം ഉണ്ടായിരുന്നു. ചെറുപ്പത്തിന്റെ പ്രസരിപ്പും അവരുടെ ദൃഢതയും ആത്മവിശ്വാസവും 'കമ്യൂ

*പി സി ജോഷി*

ണിസ്റ്റ് പാർട്ടി സിന്ദാബാദ്' എന്ന മുദ്രാവാക്യത്തോടെ ഇവർ കൊലമരത്തിലേക്ക് കയറും എന്ന വിശ്വാസം എന്നിൽ വളർത്തി.

കയ്യൂർ സഖാക്കൾക്ക് ഇംഗ്ലീഷോ ഹിന്ദുസ്ഥാനിയോ വശമുണ്ടായി രുന്നില്ല. എനിക്കാകട്ടെ മലയാളം ഒട്ടും തന്നെ പിടിയുണ്ടായിരുന്നില്ല. ജയിലറുടെ അനുമതിയോടെ കൃഷ്ണപിള്ള എനിക്കവരുടെ വാക്കുകൾ മൊഴിമാറ്റിത്തന്നു. എന്റെ കവിളുകളിലൂടെ കണ്ണീർ തിടം വച്ചു. ഇതിനി ടയിൽ എങ്ങനെയൊക്കെയോ എന്റെ വികാരങ്ങൾ വാഗ്രൂപം പൂണ്ടു. ഇത്രപോലും സാധിക്കുമായിരുന്നില്ലെങ്കിൽ ഞാൻ തളർന്നുപോകുക തന്നെ ചെയ്യുമായിരുന്നു.

പാർട്ടി മറ്റാരേക്കാളും നിങ്ങൾ നാലാളെയും കുറിച്ച് അഭിമാനി ക്കുന്നു. അംഗങ്ങളുടെ എണ്ണം കേവലം നൂറുകളിലൊതുങ്ങിയിരു ന്നപ്പോഴാണ് നിങ്ങൾ പ്രസ്ഥാനത്തിൽ അണിചേർന്നത്. ഇന്ന് 17,000 ത്തോളം ആയിരിക്കുന്നു. ഒമ്പതിനായിരം പാർട്ടി മെമ്പർമാ രും എണ്ണായിരം കാൻഡിഡേറ്റ് അംഗങ്ങളും. നിങ്ങളുയർത്തിയ കൊടി ഞങ്ങൾ ഏറെ ഉയരത്തിൽ പാറിക്കും. നിങ്ങൾ വീരന്മാരെ പ്പോലെ പൊരുതിയ യുദ്ധം ഞങ്ങൾ തുടരുകതന്നെ ചെയ്യും.

അനശ്വരമായ ഒരു ലക്ഷ്യത്തിനായാണ് നിങ്ങൾ മരിക്കുന്നത്. മാതൃരാജ്യത്തിന്റെ സ്വാതന്ത്ര്യത്തിനും മുഴുവൻ ലോകത്തി ന്റെയും മോചനത്തിനും നന്മയ്ക്കും നീതിയ്ക്കുംവേണ്ടിയാണ് നാം പോരാടുന്നത്. അത് ജയിച്ചേ തീരൂ. അത് ജയിക്കും എന്ന് കാണിക്കുന്നതിനു തന്നെയാണ് നിങ്ങൾ ജീവൻ ചിന്തുന്നത്. നിങ്ങൾ മരിക്കുകയല്ല, നിങ്ങളുടെ കിനാവുകൾ നേരാവുകയാണ്.

പ്രിയ സഖാക്കളെ, നിങ്ങളെ പാർട്ടിക്ക് നഷ്ടമാവുകയാണ്. പാർട്ടിയെ ഇന്ന് കാണുന്ന ഒന്നാക്കിത്തീർത്തത് നിങ്ങളെപ്പോ ലുള്ളവരുടെ ആത്മാർപ്പണമാണ്. നിങ്ങളണിചേരുമ്പോൾ മല ബാറിൽ പാർട്ടി ദേശാഭിമാനികളായ ചെറുപ്പക്കാരുടെ ഒരു കൂട്ടം മാത്രമായിരുന്നു. ഇന്നത് പ്രവിശ്യയിലെ വലിയ പ്രസ്ഥാനമായി തീർന്നിരിക്കുന്നു. രാജ്യമെങ്ങുമുള്ള നല്ല മനുഷ്യർ ഇതിൽ അണിചേരുന്നു. പാർട്ടി ഉള്ളിടങ്ങളിലൊക്കെ നിങ്ങളുടെ പേർ സ്നേഹാദരങ്ങളോടെ ഓർമിക്കും. നിങ്ങളെപ്പോലുള്ള ചെറു പ്പക്കാരായ രക്തസാക്ഷികളെ ഊട്ടിവളർത്തിയ പ്രസ്ഥാനത്തിൽ അണിചേരാനായി ദേശാഭിമാനികളായ യുവാക്കൾ കൊതിക്കും.

ഒന്നാമത്തെ സെല്ലിൽനിന്ന് കുഞ്ഞമ്പു പറഞ്ഞു: "ജനങ്ങൾക്കു വേണ്ടി ജീവിക്കാൻ പഠിപ്പിച്ചത് പാർട്ടിയാണ്. എന്റെ ജോലി ഞാൻ നിർവ ഹിച്ചുവെന്ന് പാർട്ടി കരുതുന്നുവെങ്കിൽ ഞാൻ ചാരിതാർഥനായി."

അപ്പു പറഞ്ഞു: "പാർട്ടിയുടെ ശക്തിയേറുന്നുവെന്ന മഹത്തായ വാർത്തയുമായാണ് താങ്കൾ എത്തുന്നത്. ഇത് ഞങ്ങൾക്ക് കൂടുതൽ ദൃഢതയോടെ തൂക്കുമരത്തിലേറാനുള്ള ശേഷിതരുന്നു. രാജ്യത്തിന്റെ സ്വാതന്ത്ര്യത്തിനുവേണ്ടി പോരാടി മരിക്കാനുറച്ചു പാർട്ടിയിൽ അണി ചേർന്നതാണ് ഞങ്ങൾ."

രണ്ടു കർഷകസമരങ്ങളിലെ നായകനായ ചിരുകണ്ടൻ പറഞ്ഞു: "ഞങ്ങൾ നാലു കർഷകപുത്രർ മാത്രം. പുറത്ത് പരശ്ശതം കാത്തു നിൽക്കുന്നു. ഞങ്ങളെ തൂക്കിലേറ്റാം. പക്ഷേ, അവരെ നശിപ്പിക്കാനാവില്ല. ഈ ചിന്തയാണ് ഞങ്ങളെ നിലനിർത്തുന്നത്. രാജ്യത്തെമ്പാടുനിന്നുമുള്ള ഈ കത്തുകൾ കാണുമ്പോൾ ഞങ്ങൾക്കവരുടെ സേവനത്തിനായി ഇനി യൊന്നും ചെയ്യാനാവില്ലല്ലോയെന്ന ഖേദമുണ്ട്. ഇനിയും ജന്മമുണ്ടാ യാലതൊക്കെ ഈ മഹത്തായ ലക്ഷ്യത്തിനായിത്തന്നെ യത്നിക്കും."

അബൂബക്കർ പറഞ്ഞു: "ഞങ്ങൾ രക്തസാക്ഷികളുടെ ജീവിത ത്തിൽ നിന്നാണ് പ്രകാശം ഉൾക്കൊണ്ടത്. പക്ഷേ, അപ്പോഴൊന്നും ഞങ്ങൾക്കിത്തരം ആദരണീയമായ ഒടുക്കമുണ്ടാവുമെന്ന് കരുതിയില്ല. പുറത്തു നിൽക്കുന്ന സഖാക്കളോട് പറയുക ഞങ്ങൾ അവർക്കായി കഴുവേറുകയാണെന്ന്. എന്റെ അമ്മയ്ക്ക് പ്രായമേറി. അവരെ സമാശ്വസി പ്പിക്കണം. എന്റെ സഹോദരങ്ങൾ തീരെ ചെറുപ്പമാണ്. പാർട്ടിക്കുവേണ്ടി പ്രവർത്തിക്കേണ്ടതെങ്ങനെയെന്നവരെ പഠിപ്പിക്കണം. ഞാനാണ് കുടും ബത്തിലെ മൂത്തയാൾ. കുടുംബകാര്യങ്ങൾ നോക്കി നടത്താൻ ഇനി യാരുമില്ല."

അബൂബക്കർ പറഞ്ഞുനിർത്തിയപ്പോൾ സമയമായെന്ന് ജയിലർ പറഞ്ഞു. ഞാനവരുടെ കൈപിടിച്ചു കുലുക്കാൻ ജയിലറുടെ അനുവാദം തേടി. അദ്ദേഹം സമ്മതിച്ചു.

ഇരുമ്പുകവാടങ്ങളും വരാന്തയും ചേർന്ന് ഞങ്ങൾക്കിടയിൽ സൃഷ്ടിച്ച വേർതിരിവ് എനിക്ക് അരോചകമായി. അവരുടെ അരികത്തു പോയി ആ കൈകളിൽ സ്പർശിക്കാനായെങ്കിലെന്ന് ഞാൻ ആഗ്രഹിച്ചു.

അവർ വളണ്ടിയർമാർക്ക് പരിചിതമായ ചിട്ടയിൽ മുഷ്ടിചുരുട്ടി ലാൽ സലാം പറഞ്ഞു. അപ്പു തെല്ലുനേരം കൂടി എന്റെ കൈകളിൽ പിടിച്ചു. എന്നിട്ട് ശാന്തമായി മന്ത്രിച്ചു. "സഖാവെ.." അയാളുടെ കണ്ണുകൾ സജലങ്ങളായി. ഞാൻ വരാന്തയിലേക്ക് നോക്കി. കൊഴിഞ്ഞ പൂവുക ളുടെ സമൃദ്ധി...

പൊടുന്നനെ ഞാൻ പറഞ്ഞു:"ഈ പൂവുകൾ നശിച്ചുപോകും. സഖാ ക്കളെ നിങ്ങൾ പക്ഷേ, അനശ്വരമായ മാനവികതയുടെ പൂവുകളാണ്."

ഞാൻ ചിന്തകളിൽ നിറയവെ, അബൂബക്കർ ലാൽസലാം പറഞ്ഞു. മനോഹരമായ ആ കൺകളിലും മുഖത്തും ദേശാഭിമാനം നിറഞ്ഞു കവിഞ്ഞു.

ഞങ്ങൾ മടങ്ങാനൊരുങ്ങവെ അവർ വീണ്ടും മുഷ്ടിചുരുട്ടി. നന്നെ നേർത്ത കാലടികളോടെ ഞങ്ങൾ പുറത്തേക്ക് നടന്നു. അവരെക്കുറിച്ചു ള്ള ആദരത്താൽ ഞങ്ങൾ വിനീതരായി. ഈ നേരമത്രയും മൗനിയായി അനുയാത്ര ചെയ്തിരുന്ന സുന്ദരയ്യ പറഞ്ഞു: "നിങ്ങൾ അവരെ സാന്ത്വ നിപ്പിക്കാനാണ് പോയത്. ഉണ്ടായത് പക്ഷേ, മറിച്ചാണെന്നുമാത്രം."

ഞാൻ ഇതെഴുതിക്കൊണ്ടിരിക്കെ മലബാറിലെ സഖാക്കൾ വന്നുപറഞ്ഞു. കയ്യൂർ സഖാക്കളെ 29 ന് പുലർച്ചെ തൂക്കിലേറ്റുമെന്ന്. തലേരാത്രി തന്നെ അവരോട് പറഞ്ഞിരുന്നു പുലർച്ചെ കഴുമരത്തിലേ ക്കുള്ള വഴിയൊരുങ്ങുമെന്ന്.

ദേശഭക്തിഗാനങ്ങൾ ചൊല്ലിയും കമ്യൂണിസ്റ്റ് പാർട്ടിക്ക് ഇങ്കിലാബ് വിളിച്ചും അവർ രാത്രി കഴിച്ചു. കണ്ണൂർ സെൻട്രൽ ജയിലിൽ അന്നാരും ഉറങ്ങിയില്ല.

പുലർച്ചെ മൂവായിരത്തോളം പേർ ജയിൽ ഗേറ്റിനുമുന്നിൽ തടിച്ചു കൂടി. കയ്യൂർ സഖാക്കളുടെ മൃതദേഹം അവർക്ക് വേണമായിരുന്നു. പക്ഷേ, അവരുടെ ആവശ്യം നേടാനായില്ല. അധികാരികൾ അവരോട്

പിരിഞ്ഞു പോകാൻ പറഞ്ഞു.

ഈ ധീരനായകരെപ്പോലുള്ള പരശ്ശതം പേരെ മലബാറിലെ കർഷ കർ വളർത്തി. രക്തസാക്ഷിത്വത്തിലേക്ക് മന്ദഹാസത്തോടെ കടന്നു പോകാൻ കരുത്തുള്ളവരെ നമ്മുടെ പ്രസ്ഥാനം ഉണ്ടാക്കിയെടുത്തു. രക്ത പതാക അവരുടെ മുന്നിൽ ആദരവോടെ കുനിയുന്നു.

*(പി സി ജോഷി 1943 ഏപ്രിൽ 11 ന് പീപ്പിൾസ് വാറിൽ എഴുതിയത്)*

# 6

# പുന്നപ്ര–വയലാർ
## സമരപാത

വെടിയുണ്ടകൾ വെറും നെഞ്ചിനെ പേടിക്കുന്ന
പടനീക്കത്തിൻ മുൻപിലവരോടൊപ്പം  നിൽക്കെ,
അതിസുന്ദരം, ധീരം, സഫല, മജ്ജ്യമെ–
ന്നഭിമാനിച്ച തീക്ഷ്ണ യൗവനമോർക്കുന്നു ഞാൻ.
എന്തൊരു മുഴക്കമാണന്നത്തെയെൻ വാക്കുകൾ
ക്കന്തസ്സിലിവരുടെ ഹൃത്സ്പന്ദനമുൾക്കൊള്ളുമ്പോൾ
– തിരുനെല്ലൂർ കരുണാകരൻ

ആധുനിക കേരളം സാധ്യമായത് സാധാരണ മനുഷ്യർ ആയുധ മെടുത്തും എടുക്കാതെയും നടത്തിയ ഉശിരൻ പോരാട്ടങ്ങളിലൂടെയാണ്. ആയുധം ആദ്യമെടുക്കുന്നത് എപ്പോഴും ഭരണാധികാരികളാണ്.

അക്രമത്തിലൂടെ സൃഷ്ടിക്കപ്പെട്ടൊരു വ്യവസ്ഥിതിയെ അക്രമത്തി ലൂടെയല്ലാതെ ഇല്ലാതാക്കാനോ മാറ്റിമറിക്കാനോ സാധ്യമല്ല. പുതിയ മനുഷ്യന്റെ ഉദയമാണ് വിപ്ലവകരമായ അക്രമത്തിലൂടെ സാധ്യമാവുക. അത് അവനിലെ തന്നെ കൊള്ളരുതായ്മകളെയും അന്യവർഗചിന്തകളെയും ഇല്ലാതാക്കും. ഏതൊരുതരം വിപ്ലവവും വിജയിക്കണമെങ്കിൽ ഭയത്തിൽനിന്ന് മുക്തമായ ഒരു ജനത മുന്നോട്ടു വന്നാൽ മാത്രമേ സാധ്യമാകൂ. അവർ വിമോചനത്തെ പ്പറ്റി വലിയ സ്വപ്നങ്ങൾ കാണുന്നവരാകണം. അതിനെക്കാൾ നിസ്വാർഥവും ത്യാഗോജ്വലവുമായ സമരങ്ങൾക്ക് ആത്മബലി നൽകാൻ സന്നദ്ധരായിരിക്കണം.

– ഫ്രാൻസ് ഫാനൻ (ഭൂമിയിലെ പതിതർ)

ഫ്രാൻസ് ഫാനൻ ചൂണ്ടിക്കാണിച്ചത് അധിനിവേശകാലഘട്ടത്തിലെ വിപ്ലവങ്ങളെപ്പറ്റിയാണ്. ബ്രിട്ടീഷ് മേൽക്കോയ്മയ്ക്കു കീഴിൽ അവരുടെ താൽപ്പര്യങ്ങളുടെ കറുത്ത കുതിരപ്പുറത്ത് കയറി രാജാധികാരത്തിന്റെ ചാട്ടകൾ ചുഴറ്റി ഒരു ജനതയെ ആകെ ഭയചകിതരാക്കിക്കൊണ്ടിരുന്ന തിരുവിതാംകൂറിൽ അവരെ ഭയത്തിൽ നിന്നും മോചിപ്പിക്കാൻ പുന്നപ്ര യിലെയും വയലാറിലെയും സാധാരണ മനുഷ്യർ മനുഷ്യവിമോചന പ്രത്യയശാസ്ത്രത്തിന്റെ പടച്ചട്ടയണിഞ്ഞ് പോർക്കളത്തിലിറങ്ങിയ ത്യാഗോജ്വലമായ ചരിത്രമാണ് പുന്നപ്ര-വയലാർ സമരഭൂമി രേഖപ്പെടു ത്തുന്നത്.

സ്വാതന്ത്ര്യസമരത്തിന്റെ അലയൊലികൾ തിരുവിതാംകൂറിൽ മെല്ലെ യാണ് വ്യാപിച്ചത്.

അക്കാലത്തെ രാഷ്ട്രീയ സാഹചര്യത്തെപ്പറ്റി പുന്നപ്ര-വയലാർ സമരനായകൻ കെ സി ജോർജ്ജ് ഇപ്രകാരം എഴുതുന്നു.

1938 ജനുവരി (1113 മകരം)യിലാണ് സ്റ്റേറ്റ് കോൺഗ്രസ് രൂപീകരിക്കപ്പെട്ടത്. ആ സെപ്തംബറിലാണ് ആദ്യത്തെ നിയമ ലംഘനം നടന്നത്. യഥാർഥത്തിൽ സ്റ്റേറ്റ് കോൺഗ്രസ് സംഘട ടന വെറുമൊരു കടലാസ് സംഘടനയായി തിരുവനന്തപുരത്ത് ആരംഭിച്ചതേ ഉണ്ടായിരുന്നുള്ളൂ. നാട്ടിൽ അതിനു പ്രചാരം ഇനിയും സിദ്ധിച്ചുകഴിഞ്ഞിരുന്നില്ല. സർ. സി പി യുടെ ബഡ്ജറ്റി നെപ്പറ്റി വിമർശിച്ച് ലേഖനമെഴുതിയതിന് രാജ്യദ്രോഹക്കുറ്റം ചുമത്തി ശ്രീ. നാരായണപിള്ളയുടെ മേൽ ചാർജ് ചെയ്തിരുന്ന കേസ് സ്റ്റേറ്റ് കോൺഗ്രസ് ഏറ്റെടുത്തു നടത്തിയതിൽകൂടി ലഭിച്ച പ്രചാരണത്തിൽ കൂടുതലായി സ്റ്റേറ്റ് കോൺഗ്രസിന് ബഹുജന ങ്ങളുടെ ഇടയിൽ യാതൊരു പ്രചാരണവും സിദ്ധിച്ചിട്ടില്ലാ യിരുന്നു....

## സ്വതന്ത്ര തിരുവിതാംകൂർ വാദത്തിന്റെ പശ്ചാത്തലം

ബ്രിട്ടീഷ് സാമ്രാജ്യത്വത്തിന്റെ അടിത്തറ തകർത്തുകൊണ്ടാണ് രണ്ടാംലോക മഹായുദ്ധം അവസാനിക്കുന്നത്. ലോകത്ത് വന്ന പുതിയ ശാക്തിക ബലാബലം സ്വാതന്ത്ര്യമെന്ന ഇന്ത്യൻ ജനതയുടെ ആവശ്യം അവഗണിക്കാൻ ആകാത്തതലത്തിലേക്ക് മാറി. കോളനി വാഴ്ചക്ക് ലോകത്തെമ്പാടും ഉലച്ചിൽ തട്ടിയിരുന്നു. കോളനിവാഴ്ചയെ താങ്ങി നിർത്തുന്നതിൽ ഇന്ത്യയിൽ വലിയ പങ്കുവഹിച്ച പട്ടാളത്തിൽപോലും അസ്വസ്ഥതകൾ സൃഷ്ടിച്ച നാവിക കലാപം അതിന്റെ സൂചനയായിരുന്നു. ഇന്ത്യവിട്ടു പോകേണ്ടിവരും എന്ന് ബോധ്യമായപ്പോൾ സ്വാതന്ത്ര്യം നേടുന്ന ഇന്ത്യയെ ദുർബലമാക്കാനും അവർ പദ്ധതിയിട്ടു. അത്തരം ഒരു പദ്ധതിയായിരുന്നു നാട്ടുരാജ്യങ്ങൾക്ക് ഇന്ത്യൻ യൂണിയനിൽ നിന്നും വേറിട്ടുനിൽക്കാം എന്ന വാഗ്ദാനം. നൂറിലേറെ നാട്ടുരാജ്യങ്ങൾ അന്ന് ഇന്ത്യയിലുണ്ടായിരുന്നു. ബ്രിട്ടീഷ് മേൽക്കോയ്മ അംഗീകരിച്ച് സ്ഥാന മാനങ്ങൾ നിലനിർത്തുകയായിരുന്നു അവ. ഈ നാട്ടുരാജ്യങ്ങൾക്കു മുന്നിൽ മൂന്നുവഴികൾ ബ്രിട്ടീഷ് ഗവൺമെന്റ് നിർദേശിച്ചു. ഇന്ത്യൻ യൂണിയനിൽ ചേരുക. സ്വാതന്ത്ര്യപ്രാപ്തിയോടെ രൂപംകൊള്ളുന്ന പാകിസ്ഥാന്റെ ഭാഗമാവുക. രണ്ടിലും ചേരാതെ സ്വതന്ത്ര രാജ്യമായി നിൽക്കുക. സ്വതന്ത്ര ഇന്ത്യക്കകത്ത് സ്വതന്ത്ര രാജ്യങ്ങളുടെ തുരുത്തു കൾ സൃഷ്ടിക്കുകയും അവയെ കരുവാക്കി ഇന്ത്യയെ ചൊൽപ്പടിക്ക് നിർത്തുകയും ചെയ്യുക എന്നതായിരുന്നു ലക്ഷ്യം. എന്നാൽ മഹാ ഭൂരിപക്ഷം നാട്ടുരാജ്യങ്ങളും കാലത്തിന്റെ ചുമരെഴുത്തു കാണുകയും ഇന്ത്യൻ യൂണിയന്റെ ഭാഗമാകാൻ തീരുമാനിക്കുകയും ചെയ്തു. തിരു വിതാംകൂർ, ഭോപ്പാൽ, ഹൈദരാബാദ് ഉൾപ്പെടെ വിരലിലെണ്ണാവുന്ന ചില നാട്ടുരാജ്യങ്ങൾ സ്വതന്ത്ര്യപദവിയാണ് മോഹിച്ചത്. അതിനായി അവർ കരുക്കൾ നീക്കീ. തിരുവിതാംകൂറിൽ ദിവാൻ സർ. സി പി രാമസ്വാമി അയ്യർ ഉയർത്തിയ അമേരിക്കൻ മോഡലും സ്വതന്ത്ര തിരുവിതാംകൂറും എന്ന ആശയം ഇന്ത്യയിൽനിന്നു വേറിട്ട് സ്വതന്ത്രമായി നിൽക്കാനുള്ള നീക്കത്തിന്റെ ഭാഗമായിരുന്നു. ഈ പദ്ധതി പ്രാവർ ത്തികമാക്കാൻ ഹൈദരാബാദിലെ നൈസാമുമായും ഭോപ്പാലിലെ രാജാ വുമായും സി പി ബന്ധപ്പെട്ടു. ഇതിന്റെ അപകടം തുടക്കത്തിൽത്തന്നെ ചൂണ്ടിക്കാണിച്ചത് തൊഴിലാളികളുടെ പ്രസ്ഥാനമായിരുന്നു. ആലപ്പുഴ യിലെ തൊഴിലാളികൾ ആയിരുന്നു ഇതിന്റെ മുന്നണിയിൽ ഉണ്ടായിരുന്നത്.

## അമേരിക്കൻ മോഡൽ

തിരഞ്ഞെടുക്കപ്പെട്ട സഭയോട് ഉത്തരവാദിത്വമില്ലാത്ത, സഭയ്ക്ക് പിരിച്ചുവിടാനാകാത്ത അധികാരത്തോടുകൂടിയ അമേരിക്കയിലെ പ്രസിഡന്റു ഭരണസംവിധാനം പോലുള്ള ഭരണമാണ് അഭികാമ്യമെന്ന്

സി പി പ്രഖ്യാപിച്ചതിന്റെ പിറകിൽ ഈ ലക്ഷ്യമായിരുന്നു. ഇതായിരുന്നു സി പി യുടെ അമേരിക്കൻ മോഡൽ. തിരഞ്ഞെടുക്കപ്പെട്ട ഭരണം തിരു വിതാംകൂറിൽ സ്ഥാപിക്കണമെന്ന ആവശ്യം ഉന്നയിച്ച് സമരരംഗ ത്തിറങ്ങിയ ജനങ്ങളുടെ മുൻപന്തിയിൽ തൊഴിലാളികൾ ഉണ്ടായിരുന്നു. 'ഉത്തരവാദഭരണപ്രക്ഷോഭം' എന്നറിയപ്പെട്ട ആ സമരം ഉയർന്ന രാഷ്ട്രീയ ബോധത്തോടുകൂടിയ പോരാട്ടം തന്നെയായിരുന്നു.

അമേരിക്കൻ മോഡൽ ഭരണ പരിഷ്കാരത്തെക്കുറിച്ച് കോൺഗ്രസ്സ് നേതാക്കളുമായി സി പി രാമസ്വാമി അയ്യർ നിരവധി കൂടിയാലോചനകൾ നടത്തി. ഇത് ജനങ്ങളിൽ സംശയം ജനിപ്പിച്ചു. സി പി ആലോചനകൾ ബോധപൂർവം നീട്ടിക്കൊണ്ടുപോയി. എന്നാൽ തന്റെ അമേരിക്കൻ മോഡ ലിൽ നിന്നും അണുകിട പിന്മാറാൻ അദ്ദേഹം തയ്യാറായിരുന്നില്ല.

"അമേരിക്കൻ മോഡൽ അറബിക്കടലിൽ" എന്ന മുദ്രാവാക്യം മുഴക്കി കമ്യൂണിസ്റ്റുകാർ മുന്നോട്ടു വന്നു. കോൺഗ്രസ് നടത്തുന്ന രഹസ്യചർച്ചകളെ അവർ തുറന്നുകാട്ടി.

തിരുവിതാംകൂറിലെ കടലോര പ്രദേശങ്ങളിലും ആലപ്പുഴയിലും ചേർത്തലയിലുമുള്ള ഫാക്ടറി തൊഴിലാളികൾക്കിടയിലും കമ്യൂണിസ്റ്റ് പാർട്ടി പ്രവർത്തകർ സജീവമായി പ്രവർത്തിക്കുന്നുണ്ടായിരുന്നു. 1938 ൽ തൊഴിലാളികളും കർഷക തൊഴിലാളികളും ആലപ്പുഴയിലും പരിസരങ്ങളിലും നടത്തിയ ഉശിരൻ പണിമുടക്ക് മുതലാളിമാരെയും സർക്കാരിനെയും അമ്പരപ്പിച്ചിരുന്നു. അസാധാരണമായ വർഗബോധ മാണ് ഈ പ്രദേശങ്ങളിലെ തൊഴിലാളികളിൽ രൂപപ്പെട്ടത്. ബോംബെ പ്രമേയം വഴി കോൺഗ്രസ് അക്രമരാഹിത്യത്തിന്റെ ആവശ്യകത ഊന്നി പ്പറഞ്ഞു. സമാധാന മാർഗത്തിലൂടെയല്ലാതെ ഒരാളും പ്രവർത്തിച്ചു പോകരുതെന്ന കോൺഗ്രസ് നിലപാടിനോട് കമ്യൂണിസ്റ്റുകാർ യോജി ച്ചില്ല. അമേരിക്കൻ മോഡൽ അറബിക്കടലിൽ എന്ന മുദ്രാവാക്യം എവി ടെയും മുഴങ്ങി.

## യുദ്ധക്കെടുതികൾ, രാഷ്ട്രീയസമരങ്ങൾ

രാജ്യത്തിന്റെ വിവിധ ഭാഗങ്ങളിൽ ബ്രിട്ടീഷ് സാമ്രാജ്യത്വത്തിനെ തിരെയും ജന്മി-നാടുവാഴിത്ത വ്യവസ്ഥയ്ക്കെതിരെയും ഉജ്ജ്വലങ്ങളായ സമരങ്ങളുടെ വേലിയേറ്റം തന്നെ 1946 ൽ നടന്നു. ഫെബ്രുവരി മാസ ത്തിൽ നാവിക കലാപം, ആഗസ്റ്റ്-സെപ്തംബർ റെയിൽവേ തൊഴിലാളി പണിമുടക്ക്, മിൽ തൊഴിലാളി സമരങ്ങൾ, കൽക്കരി തൊഴിലാളി സമര ങ്ങൾ, തുറമുഖ തൊഴിലാളികൾ, കമ്പി-തപാൽ-സർക്കാർ ജീവനക്കാർ എന്നിവർ നടത്തിയ പണിമുടക്കുകൾ. ബംഗാളിലെ തേഭാഗ സമരം. 1946 ജൂലൈ 29-ന്റെ സാമ്രാജ്യത്വ വിരുദ്ധ സമരങ്ങൾ. സർവോപരി തെല ങ്കാന സമരം. ഇതെല്ലാം ആലപ്പുഴയിലെ തൊഴിലാളികളുടെ വർഗ ബോധത്തെ ഉയർത്തി.

രണ്ടാം ലോകമഹായുദ്ധം വിതച്ച കെടുതികൾ സാധാരണക്കാരന്റെ ജീവിതത്തെ തകർത്തു. ഭക്ഷ്യക്ഷാമം രൂക്ഷമായി. കരിഞ്ചന്തയും പൂഴ്ത്തിവയ്പ്പും വ്യാപകമായി. നിത്യോപയോഗ സാധനങ്ങളുടെ വില കുത്തനെ ഉയർന്നു. പഞ്ചസാര മരുന്നിനുപോലുമില്ല. മണ്ണെണ്ണ കിട്ടാതെ പാവപ്പെട്ടവർ ഇരുട്ടിലാണ്ടു. തുണിയുടെ വില അനിയന്ത്രിതമായി ഉയർന്നു.

"ഉരിയരിപോലും കിട്ടാനില്ല. പൊന്നു കൊടുത്താലും
ഉദയാസ്തമയം പീടികമുമ്പിൽ നിന്നു നരച്ചാലും."
എന്ന മുദ്രാവാക്യം അക്കാലത്ത് ഉയർന്നതാണ്.

## തൊഴിലാളികൾ പണിമുടക്കിലേക്ക്

കരിഞ്ചന്തക്കാരും ഉദ്യോഗസ്ഥരും ഒത്തുകളിച്ചു. സാധാരണക്കാരന്റെ വയറൊട്ടിയെങ്കിലും ചിലരുടെ പള്ള വീർത്തു. ഈ കാലഘട്ടത്തെ അഭിമുഖീകരിക്കാൻ തന്നെ തൊഴിലാളികൾ തീർച്ചപ്പെടുത്തി. കമ്യൂണിസ്റ്റ് പാർട്ടിയുടെ നേതൃത്വത്തിൽ രൂപംകൊണ്ട അഖില തിരുവിതാംകൂർ ട്രേഡ് യൂണിയൻ കോൺഗ്രസ് 1946 ഒക്ടോബർ മാസം യോഗം ചേർന്ന് സമരത്തിന് ആഹ്വാനം നൽകി. കൂലിക്കൂടുതലും ബോണസും ഉൾപ്പെടെ ഇരുപത്തിയേഴ് അടിയന്തര ആവശ്യങ്ങളാണ് സമരത്തിന് ആധാരമായി ഉയർത്തിയത്. ഇതിൽ രാഷ്ട്രീയ മുദ്രാവാക്യങ്ങളുമുണ്ടായിരുന്നു. ഉത്തര വാദഭരണം അനുവദിക്കുക, അമേരിക്കൻ മോഡൽ അറബിക്കടലിൽ. ദിവാൻ ഭരണം അവസാനിപ്പിക്കുക, സാമ്രാജ്യത്വം തുലയട്ടെ, ഇന്ത്യക്ക്

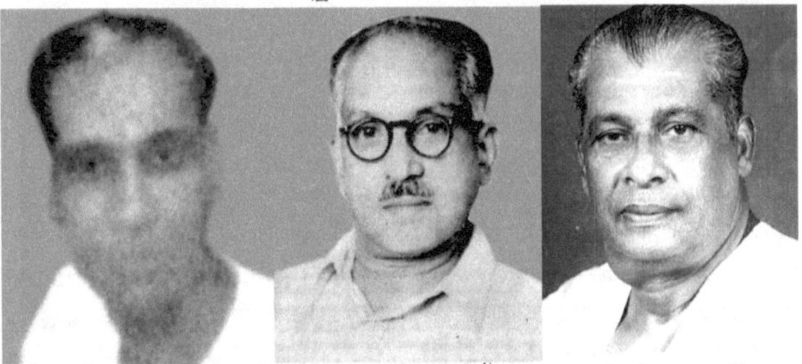

കെ സി കുമാരപ്പണിക്കർ     കെ സി ജോർജ്     ടി വി തോമസ്

സ്വാതന്ത്ര്യം അനുവദിക്കുക എന്നീ രാഷ്ട്രീയ ആവശ്യങ്ങളും പണിമുടക്കിന്റെ ഭാഗമായി ഉന്നയിക്കപ്പെട്ടു

## ചർച്ച പരാജയപ്പെടുന്നു

1946 ഒക്ടോബർ 7ന് സർ. സി പി തൊഴിലാളി നേതാക്കളെ ചർച്ചയ്ക്കു വിളിച്ചു. ടി വി തോമസ്, എൻ ശ്രീകണ്ഠൻ നായർ തുടങ്ങിയവർ

ചർച്ചയിൽ പങ്കെടുത്തു. കൂലി, ബോണസ് തുടങ്ങി തൊഴിലാളികളുടെ എല്ലാ ആവശ്യങ്ങളും അനുവദിക്കാം. വേണമെങ്കിൽ അസംബ്ലിയിൽ തൊഴിലാളികൾക്ക് പ്രത്യേക മണ്ഡലം നൽകാം. ഒരുപാധിമാത്രം. സ്വതന്ത്ര തിരുവിതാംകൂറിനെയും അമേരിക്കൻ മോഡലിനെയും എതിർക്കരുത്. രാഷ്ട്രീയ ആവശ്യങ്ങളിൽ വിട്ടുവീഴ്ച ചെയ്യാനാവില്ല എന്ന് നേതാക്കൾ സി പി യുടെ മുഖത്തു നോക്കി പറഞ്ഞു.

ഇതോടെ അടിച്ചമർത്തലിന് വഴിയൊരുങ്ങി. കമ്യൂണിസ്റ്റ് പാർട്ടി പ്രവർത്തകരെ അറസ്റ്റ് ചെയ്യുക അവരുടെ സംഘടനാ പ്രവർത്തനങ്ങളെ അടിച്ചമർത്തുക തുടങ്ങിയവയായിരുന്നു സി.പി.യുടെ പരിപാടികൾ.

അക്കാലത്തെപ്പറ്റി ശ്രീ കുമ്പളത്തു ശങ്കുപ്പിള്ള "എന്റെ കഴിഞ്ഞ കാല സ്മരണകളിലെ" "പുന്നപ്ര വയലാർ സംഘർഷം" എന്ന അധ്യായത്തിൽ ഇങ്ങനെ എഴുതി.

തിരുവിതാംകൂറിലെ കടലോരപ്രദേശങ്ങളിലും വിശേഷിച്ച് ആലപ്പുഴയിലും ചേർത്തലയിലുമായിരുന്നു കമ്യൂണിസ്റ്റ് പാർട്ടിയുടെ തീവ്രമായ പ്രവർത്തനരംഗം. ആലപ്പുഴയിലും ചേർത്തലയിലുമുള്ള ഫാക്ടറി തൊഴിലാളികളെ മുഴുവൻ അവരുടെ അണിയിൽ കൊണ്ടുവരാൻ കഴിഞ്ഞിരുന്നു. വിവിധ യൂണിയനുകളിലായി പതിനെണ്ണായിരത്തോളം തൊഴിലാളികൾ അണിനിരന്നു. തൊഴിലാളികളുടെ സംഘടിത ശക്തി വളർന്നതോടുകൂടി മാടമ്പിമാരായ ജന്മിമാരുടെ അധികാര ഗർവുകളെ തൊഴിലാളികൾ വകവയ്ക്കാതെയായി. കൂലി കുറയ്ക്കുന്നതിനും കുടി യൊഴിപ്പിക്കുന്നതിനും ജന്മിമാർ തയാറായി. മുതലാളിമാരും ജന്മിമാരും തൊഴിലാളികൾക്കെതിരായി സംഘടിച്ചു.

പൊലീസ് രംഗത്തെത്തി. എല്ലാ കരുതലോടും ചേർത്തലയിലെത്തി പോലീസ് സംഘം ടി ബി യിൽ ക്യാമ്പു ചെയ്തു. പെരുപ്പിച്ചുണ്ടാക്കിയ കഥകൾ ജന്മിമാർ പൊലീസിനെ ധരിപ്പിച്ചു.

## സമരം തകർക്കാനുള്ള സന്നാഹങ്ങൾ

ഗുണ്ടാപ്പടകൾ രംഗത്തെത്തി. യോഗം കലക്കുക, നേതാക്കളെയും പ്രവർത്തകരെയും ആക്രമിക്കുക, അരഫ്ഛിതബോധം വളർത്തുക തുടങ്ങിയ തന്ത്രങ്ങൾക്ക് സി പി പ്രോത്സാഹനം നൽകി.

പൊലീസിന്റെയും ഭരണയന്ത്രത്തിന്റെ യും മുഴുവൻ പൂർണ പിന്തുണയോടെ സംഘടിതരായ ഈ ഗുണ്ടാപ്പടയെ നേരിട്ട് ജനങ്ങളെ ശത്രുവിന്റെ ശാരീരികാക്രമണ ങ്ങളിൽനിന്ന് രക്ഷിച്ചെടുക്കാൻ വേണ്ട

ആർ സുഗതൻ

എൻ ശ്രീകണ്ഠൻ നായർ

സന്നാഹങ്ങൾ ഉണ്ടാക്കുന്നത് ഈ സാഹചര്യത്തിൽ തൊഴിലാളിവർഗത്തിന്റെ കടമയായിത്തീർന്നു. അതുകൊണ്ട്, തൊഴിലാളി യൂണിയനുകളുടെകൂടി പ്രവർത്തനത്തിന്റെ ഭാഗമായി അഭേദ്യമായി വളണ്ടിയർ സംഘടന രൂപം കൊണ്ടു. ആയുധധാരികളായ പൊലീസിന്റെയും അതിന്റെ സംരക്ഷണത്തോടെ നീങ്ങുന്ന ഗുണ്ടാപ്പടയുടെയും ആക്രമണങ്ങളെ ഫലപ്രദമായി ചെറുക്കാൻ–ശാരീരിക പ്രത്യാക്രമണങ്ങളോടെ എതിരാളിയെ പരാജയപ്പെടുത്താൻ കഴിഞ്ഞില്ലെങ്കിലും ജനങ്ങളുടെ മനക്കരുത്ത് തകർക്കുകയെന്ന ശത്രുവിന്റെ തന്ത്രം പൊലിക്കാനെങ്കിലും ഇത് സഹായിക്കുമെന്നതായിരുന്നു കമ്യൂണിസ്റ്റ് പാർട്ടി നേതൃത്വം കണക്കുക്കൂട്ടിയത്. (ഇ എം എസ്, കമ്യൂണിസ്റ്റ് പാർട്ടി കേരളത്തിൽ)

## "പതിമൂന്നര സെന്റ് വാദം"

സായുധ ചെറുത്തുനിൽപ്പ് സംഘടിപ്പിക്കുന്നതോടൊപ്പം തന്നെ ശക്തമായ ആയുധത്തിന്റെ പടച്ചട്ട മുറുക്കുന്നതിനും പാർട്ടി ശ്രദ്ധിച്ചു. 'ഉത്തരവാദഭരണ' സമരകാലത്ത് ഒരു സ്വതന്ത്ര ശക്തിയായി രംഗത്തെത്തിയ തൊഴിലാളിവർഗം യുദ്ധകാലത്ത് നടത്തിയ സമരങ്ങളിലൂടെയും സംഘടനാ പ്രവർത്തനത്തിലൂടെയും പക്വതയാർജിച്ച നേതൃത്വത്തെ വളർത്തിയെടുത്തിരുന്നു.

പി കെ ചന്ദ്രാനന്ദൻ

അഖിലേന്ത്യാതലത്തിൽ പ്രവർത്തിച്ചിരുന്ന കോൺഗ്രസ്സ് സോഷ്യലിസ്റ്റ് പാർട്ടിയാകട്ടെ ഈ കാലഘട്ടത്തിൽ കമ്യൂണിസ്റ്റ് പാർട്ടിയായി കേരളത്തിൽ മാറിക്കഴിഞ്ഞിരുന്നു. തൊഴിലാളികളും ചെറുകിട കർഷകരും തമ്മിലുള്ള ഐക്യദാർഢ്യമായി വർഗ ഐക്യം വിപുലപ്പെടുന്നതും ദൃഢമാകുന്നതും ബുദ്ധിമാനായ സി പി കണ്ടു. ഈ ഐക്യം പൊളിക്കാൻ അദ്ദേഹത്തിന്റെ നേതൃത്വത്തിൽ ബൂർഷ്വാ പണ്ഡിതർ ചില വാദങ്ങളുമായി രംഗത്തെത്തി. അതിലൊ

ന്നാണ് "പതിമൂന്നര സെന്റ് വാദം." കമ്യൂണിസ്റ്റുകാർ അധികാരത്തി
ലെത്തിയാൽ ഭൂമിമുഴുവൻ പിടിച്ചെടുക്കും. കർഷകരുടെ ഭൂമി നഷ്ടപ്പെടും.
ഭൂമി പുനർവിതരണം ചെയ്യും. അങ്ങനെ ചെയ്യുമ്പോൾ തിരു
വിതാംകൂറിലെ ആകെ ഭൂമിയെ ജനസംഖ്യകൊണ്ട് ഹരിച്ചാൽ ഒരാളിന്
കിട്ടുക പതിമൂന്നരസെന്റ്. ഇതുകൊണ്ട് കൃഷി ചെയ്യാനാകുമോ?
അതുകൊണ്ട് കർഷകർ കമ്യൂണിസ്റ്റുകാരോട് യോജിക്കരുത്.
ഇതായിരുന്നു പതിമൂന്നരസെന്റ് വാദം. എന്നാൽ എല്ലാവരുടെയും
കൈയിലുള്ള ഭൂസ്വത്ത് സമമായി വീതിക്കലല്ല, വൻകിടക്കാരുടെ
ഭൂസ്വത്തിൻമേലുള്ള കുത്തകപൊളിച്ച് അവരുടെ ഭൂമി നിർധനർക്ക്
പ്രതിഫലം കൂടാതെ കൊടുക്കലാണ് കമ്യൂണിസ്റ്റ് പാർട്ടിയുടെ പരിപാടി
യെന്ന് പാർട്ടി ജനങ്ങളെ ബോധ്യപ്പെടുത്തി.

## പണിമുടക്ക് സന്നാഹങ്ങൾ

അക്കാലത്ത് പണിമുടക്ക് വിജയിപ്പിക്കാൻ തൊഴിലാളികൾ നടത്തിയ
തയാറെടുപ്പിനെപ്പറ്റി പുന്നപ്ര വയലാർ സമരനായകന്മാരിലൊരാളായ
സഖാവ് പി.കെ. ചന്ദ്രാനന്ദൻ പുന്നപ്ര-വയലാർ സമരത്തിന്റെ 60-ാം
വാർഷിക സ്മരണികയിൽ ഇപ്രകാരം എഴുതി:

ഒത്തുതീർപ്പ് ശ്രമങ്ങൾ പരാജയപ്പെട്ടു. എന്തുവന്നാലും ജീവൻ
ത്യജിച്ചും എല്ലാ ശക്തിയും സമാഹരിച്ചും മുന്നേറാൻ തൊഴിലാളി
വർഗം തയാറെടുക്കുകയായിരുന്നു. ഒക്ടോബർ 22 ന് പണിമുട
ക്കാൻ ആഹ്വാനം നൽകി. അമ്പലപ്പുഴ, ചേർത്തല താലൂക്കുക
ളിലെ കയർ ഫാക്ടറി തൊഴിലാളികളാണ് നിർണായക ശക്തി
കളായി നിലകൊണ്ടതെങ്കിലും ചെത്തുതൊഴിലാളികൾ, മത്സ്യ
ത്തൊഴിലാളികൾ, കർഷകത്തൊഴിലാളികൾ, നാവികത്തൊഴിലാ
ളികൾ തുടങ്ങി സമസ്ത വിഭാഗങ്ങളും പണിമുടക്കിൽ അണി
ചേർന്നു. സമരക്യാമ്പുകൾ വ്യാപകമായി ട്രേഡ് യൂണിയൻ കൗൺ
സിലുകൾ വാർഡുതോറും രൂപീകൃതമായി. തൊഴിലാളി ക്യാമ്പു
കളിൽ ചിട്ടയായ വളണ്ടിയർ പരിശീലനവും സംഘടിപ്പിക്കുക
യുണ്ടായി. കമുക് വൃക്ഷങ്ങൾ വെട്ടി വാരിക്കുന്തങ്ങൾ ആയുധ
മാക്കി. തൊഴിലാളികളുടെ സമരക്യാമ്പുകൾ നാട്ടിലെ എല്ലാ
വിഭാഗം ജനങ്ങളുടെയും അഭയകേന്ദ്രമായി. തിരുവിതാംകൂർ പട്ടാ
ളവും സായുധ പൊലീസും ഗുണ്ടകളും നാട്ടിലാകെ തേർവാഴ്ച
നടത്തി. സ്ത്രീകൾക്കും കുട്ടികൾക്കുംപോലും വീടുകളിൽ
കഴിയാനാവാത്ത അന്തരീക്ഷം. സ്ത്രീകൾ ബലാൽക്കാരത്തിന്
വിധേയരാവുകയോ ക്രൂരമായ മർദനങ്ങൾക്ക് ഇരയാവുകയോ
ചെയ്യുന്ന അവസ്ഥയിൽ ഈ ക്യാമ്പുകൾ ആശ്രയകേന്ദ്രമാവുക
സ്വാഭാവികം.

## പണിമുടക്കം തുടങ്ങുന്നു

*സർ സി പി രാമസ്വാമി അയ്യർ*

1938 ലെ തൊഴിലാളി പണി മുടക്കിൽ 40,000 തൊഴിലാളികളാണ് പങ്കെടുത്തതെങ്കിൽ അതിന്റെ പതിന്മടങ്ങ് ശക്തിയിലായിരുന്നു 1946 ലെ പണിമുടക്കം. ഒക്ടോബർ 22 ന് രണ്ടു താലൂക്കുകളിലെയും തൊഴിലാളികൾ പണിമുടക്ക് ആരംഭിച്ചിരുന്നു. പണിമുടക്ക് തുടങ്ങിയതോടെ ചിലർ നിലപാട് മാറ്റി. തൊഴിലാളികളോടൊപ്പം ചേർന്ന ഒരു വിഭാഗം ഗുണ്ടകളും കോൺഗ്രസ് പ്രമാണിമാരും നാടുവിട്ടു. അക്രമികളെ നേരിടാൻ തയാറായ തൊഴിലാളികൾ വാരിക്കുന്തവും കരിങ്കൽ ചീളുകളും കരുതിയിരുന്നു. നാടിന്റെ ചലനാത്മകശക്തിയായി തൊഴിലാളികൾ ഈ പോരാട്ടത്തിലൂടെ മുന്നേറുന്നു എന്നു കണ്ടപ്പോൾ അനുഭാവം പ്രകടിപ്പിക്കാനെന്ന പ്രതീതി സൃഷ്ടിച്ച് എസ് എൻ ഡി പി യോഗം ജനറൽ സെക്രട്ടറി ആർ ശങ്കർ തൊഴിലാളി നേതാക്കളെ കണ്ടു സംസാരിച്ചു. വയലാർ ഉൾപ്പെടെയുള്ള ചില ക്യാമ്പുകളുടെ പ്രവർത്തനരീതിയും കരുത്തും മണത്തറിഞ്ഞ ശങ്കർ സി പിക്ക് വിവരങ്ങൾ കൈമാറി. സ്റ്റേറ്റ് കോൺഗ്രസ്സിലെ ഒരു വിഭാഗത്തിന്റെ വഞ്ചന തുറന്നുകാട്ടുന്നതായിരുന്നു ഈ നിലപാട്. പുന്നപ്രയിലെ വെടിവപ്പിന് അഞ്ചുനാൾ മുമ്പ്, ഒക്ടോബർ 19 ന്, ഡി എസ് പി വൈദ്യനാഥരുടെ നേതൃത്വത്തിൽ ഒരു സംഘം പൊലീസുകാർ ആലപ്പുഴ റിക്രിയേഷൻ ഗ്രൗണ്ടിലേക്ക് മാർച്ച് ചെയ്തു. ഒരു മത്സ്യത്തൊഴിലാളി ക്യാമ്പ് ഒഴിപ്പിക്കാനും നോക്കി. ഇതു ഫലിക്കാത്തതിനാൽ ട്രേഡ് യൂണിയൻ ഓഫീസുകൾ തല്ലിത്തകർത്തു.

1946 ഒക്ടോബർ 24 (1182 തുലാം 17) പുന്നപ്രയിലെ പൊലീസ് ക്യാമ്പ് ലക്ഷ്യമാക്കി നാലുകേന്ദ്രങ്ങളിൽ നിന്ന് തൊഴിലാളി ജാഥകൾ നീങ്ങി. മൂന്നുമണിയോടെ ക്യാമ്പിന്റെ നൂറുവാര അകലെയെത്തി. ജാഥ നിലയുറപ്പിച്ചു. ഇൻസ്പെക്ടർ വേലായുധൻ നാടാരുടെ നേതൃത്വത്തിലുള്ള പോലീസ് സേന എന്തും നേരിടാനുള്ള തയാറെടുപ്പോടെ ക്യാമ്പ് കെട്ടിടത്തെ വലയം ചെയ്തുനിന്നു. പെട്ടെന്ന് ബ്യൂഗിൾ മുഴക്കി. ജാഥ പിരിഞ്ഞുപോകണമെന്നാവശ്യപ്പെട്ടു. പിരിഞ്ഞുപോകാൻ വന്നവരല്ല ഞങ്ങൾ. നിങ്ങൾക്കുവേണ്ടി കൂടിയാണീ സമരമെന്ന് ജാഥാംഗങ്ങൾ വിളിച്ചുപറഞ്ഞു. വളണ്ടിയർമാർ കമഴ്ന്നു കിടന്നു. കുന്തങ്ങളുമായി ഇഴഞ്ഞുനീങ്ങി. ചിലർ പൊലീസുമായി ഏറ്റുമുട്ടി. ഇൻസ്പെക്ടർ വെടി വയ്ക്കാൻ നിർദേശം നൽകി. വെടിയുണ്ടകൾ ചീറിപ്പാഞ്ഞു. വാരിക്കുന്തം ഇൻസ്പെക്ടറിന്മേൽ തറഞ്ഞു. അരിവാൾകൊണ്ടു വെട്ടേറ്റയാൾ മരിച്ചു.

ഏറ്റുമുട്ടൽ രൂക്ഷമായി തുടർന്നു. ഇൻസ്പെക്ടർ മരണപ്പെട്ടത് പട്ടാളക്കാരുടെ ആത്മവീര്യം കെടുത്തി. അവർ ചിതറി. തൊഴിലാളികൾ തോക്കുകൾ പിടിച്ചുവാങ്ങി. ചില പട്ടാളക്കാർ ക്യാമ്പ് ഓഫീസിനുള്ളിൽ കയറി പുറത്തേക്ക് വെടി ഉതിർത്തു. തിണ്ണയിലേക്ക് ഇരച്ചു കയറിയ പതിനഞ്ചോളം തൊഴിലാളികൾ വെടിയേറ്റു മരിച്ചു. ശേഷിച്ചവർ തട്ടി യെടുത്ത തോക്കും എടുത്ത് പരിക്കേറ്റ സഖാക്കളെയും കൊണ്ട് പിൻ വാങ്ങി. പൊലീസ് ജീവനുള്ളവരും മരിച്ചവരും അടക്കം 29 പേരെ ഒക്ടോ ബർ 28-ന് പെട്രോളൊഴിച്ച് കത്തിച്ചു.

## മാരാരിക്കുളം പാലം തകർക്കുന്നു

ചേർത്തല താലൂക്കിലേക്ക് പൊലീസ് കടക്കാതിരിക്കാൻ സമര സേനാനികൾ മാരാരിക്കുളത്തെ പാലം തകർത്തു. പാലം പൊളിക്കാൻ എത്തിയവരെ മരത്തലപ്പുകളിലിരുന്ന് പൊലീസ് വെടിവച്ചു. ഒക്ടോബർ 26 നായിരുന്നു ഇത്. ആറുപേർ ഇവിടെ വെടിയേറ്റു മരിച്ചു.

ചേർത്തല താലൂക്കിൽ പട്ടാളഭരണം ഏർപ്പെടുത്തിയതിനെത്തു ടർന്ന് പുന്നപ്രയിലെ ജനകീയ ക്യാമ്പുകൾ പിരിച്ചുവിട്ടു. പുന്നപ്രയിലെ ചെറിയ ഗ്രൂപ്പുകളെ മാത്രം നിലനിർത്തി. പട്ടാളം ചേർത്തലയിലേക്കു പോയി. പൊലീസ് പൈശാചികമായ മർദനം അഴിച്ചുവിട്ടു. ഓരോ വീട്ടിലും കയറിയിറങ്ങി ആളുകളെ മർദിച്ചു. വീടുകളും യൂണിയൻ ഓഫീസുകളും വായനശാലകളും തീയിട്ടു. സ്ത്രീകളെ നിഷ്ഠുരമായി ആക്രമിച്ചു. പിടികൂടിയവർക്കുനേരെ പലതരത്തിലുള്ള മർദനമുറകൾ പരീക്ഷിച്ചു.

## സ. വി എസിന്റെ പങ്ക്

പുന്നപ്രയിലെ മൂന്നു ക്യാമ്പുകളുടെ ചുമതലയുണ്ടായിരുന്ന സ. വി എസ് അച്യു താനന്ദൻ പൊലീസ് ക്യാമ്പിലേക്കുള്ള മാർ ച്ചിലും പങ്കെടുത്തിരുന്നു. അമേരിക്കൻ മോ ഡൽ ഭരണപരിഷ്കരണത്തിനെതിരെ മുത ലിശ്ശേരി മൈതാനത്തിൽ പ്രസംഗിച്ചതിന്റെ പേരിൽ കേസ്സുണ്ടായിരുന്നതിനാൽ കമ്യൂ ണിസ്റ്റ് പാർട്ടി ആക്റ്റിങ് സെക്രട്ടറി സ.കെ.വി. പത്രോസിന്റെ നിർദേശപ്രകാരം പൂഞ്ഞാറിൽ ഒളിവിൽ കഴിഞ്ഞ സഖാവ് വി എസിനെ അദ്ദേഹംതന്നെ തിരിച്ചു വിളിച്ചു വരുത്തിയതായിരുന്നു. വാറണ്ട് നിലവിലു ണ്ടായിരുന്നതിനാൽ വരുന്ന വഴി വി എസി

വി എസ് അച്യുതാനന്ദൻ

നെ പൊലീസ് പൂഞ്ഞാറിൽ വച്ച് അറസ്റ്റ് ചെയ്തു. അന്ന് നേരിട്ട ലോക്കപ്പ് മർദനത്തെപ്പറ്റി *സമരംതന്നെ ജീവിതം* എന്ന തന്റെ ആത്മകഥയിൽ ഇപ്രകാരം എഴുതി.

എന്റെ രണ്ടുകാലുകളും ലോക്കപ്പിന്റെ അഴികളിലൂടെ അവർ പുറത്തെടുത്തു. തുടർന്ന് ലോക്കപ്പ് അഴികൾക്ക് വിലങ്ങനെ രണ്ടു കാലിലും ലാത്തിവച്ചുകെട്ടി. കാൽ അകത്തേക്ക് വലിച്ചാൽ പോകാതിരിക്കാൻ. എന്നിട്ട് ലോക്കപ്പ് പൂട്ടി... ലാത്തി വിലങ്ങനെ കെട്ടിയിരുന്നതിനാൽ എത്ര മർദിച്ചാലും കാൽ അകത്തേക്കു വലിക്കാനാവില്ല.... അകത്തു നിൽക്കുന്ന പൊലീസുകാരൻ എന്നെ തോക്കിന്റെ പാത്തികൊണ്ടിടിച്ചു. ഉരലിലിട്ട് നെല്ല് ഇടിക്കും പോലെ. പുറത്തുള്ള പൊലീസുകാർ രണ്ടുകാൽ പാദ ങ്ങൾക്കകത്തും ചൂരൽ മാറിമാറി തല്ലി. മർദനത്തിന്റെ പാരമ്യ തയിൽ ബോധം നശിക്കുന്ന അവസ്ഥയിലെത്തി. ഉള്ളം കാലിൽ അടിക്കുന്ന ഓരോ അടിയും തലയിൽ മുഴങ്ങുന്ന അവസ്ഥ. വേദന ഉള്ളംകാലിന് നഷ്ടപ്പെട്ടു. മർദ്ദനം തുടരുന്നതിനിടെ ബയണറ്റു കൊണ്ട് ഉള്ളംകാലിലേക്ക് ആഞ്ഞു കുത്തി കാൽപ്പാദം തുളഞ്ഞ് ബയണറ്റ് അപ്പുറം കയറി.

## മേനാശ്ശേരി–ഒളതല ക്യാമ്പ് ആക്രമിക്കപ്പെടുന്നു

ലോക്കപ്പ് മർദനത്തിന്റെ ഭാഗമായി അനേകം പേർ ജയിലിൽ വച്ചുതന്നെ മരിച്ചു. 1946 ഒക്ടോബർ 26 (തുലാം 9) വൈകുന്നേരം 4 മണിക്ക് അമ്പലപ്പുഴ ചേർത്തല താലൂക്കുകൾ പട്ടാളഭരണത്തിലായിരിക്കുന്നതാ യുള്ള പ്രസ് കമ്യൂണിക്കേയുടെ പ്രതികൾ വിമാനം വഴി ആകാശത്തു നിന്നും വിതരണം ചെയ്തു. അടുത്തൊരാക്രമണത്തിന്റെ പുറപ്പാട ണെന്ന് സമരസേനാനികൾക്കു മനസിലായി. ഒക്ടോബർ 27ന് രാവിലെ ചേർത്തല താലൂക്കിൽ വ്യാപകമായി പട്ടാളം ഇറങ്ങി. തൊഴിലാളി ക്യാമ്പുകൾക്കുനേരെ ആക്രമണം തുടങ്ങി. ക്യാമ്പുകൾക്ക് തീയിട്ടു പലരും വെടിയേറ്റു മരിച്ചു. മേനാശ്ശേരി ക്യാമ്പിന്റെ നേതാവ് കുമാര പ്പണിക്കരായിരുന്നു. നാനൂറ് വളണ്ടിയർമാർ ക്യാമ്പിലുണ്ടായിരുന്നു. ഒക്ടോബർ 24 ന്റെ വെടിവയ്പ് ഇവരറിഞ്ഞിരുന്നു. ക്യാമ്പ് പിരിച്ചു വിടുന്നതിനെക്കാൾ നല്ലത് പോരാടി മരിക്കുന്നതാണെന്ന അഭിപ്രായക്കാ രായിരുന്നു ആ ക്യാമ്പിൽ. വയലാറിലെ ക്യാമ്പാക്രമണം നടക്കുന്ന അതേ സമയം തന്നെ മേനാശ്ശേരി–ഒളതല ക്യാമ്പുകൾ ആക്രമിക്കപ്പെട്ടു. കൈയിൽ കരുതിയ വെടിക്കോപ്പുകൾ തീരുംവരെ പട്ടാളം വെടിയു തിർത്തു. വാരിക്കുന്തങ്ങളുമായി പല സംഘങ്ങളായി പിരിഞ്ഞ് ഒളിഞ്ഞും തെളിഞ്ഞും സഖാക്കൾ പോരാടി. മരിച്ചുവീണവരെയും മുറിവേറ്റു വീണ വരെയും പട്ടാളക്കാർ വീണ്ടും വീണ്ടും വെടിവച്ചു. 120 പേർ അവിടെ മരി ച്ചുവീണു എന്നാണ് കണക്ക്. മേനാശ്ശേരി ക്യാമ്പിലെ അനഘാശയൻ പതിനൊന്നുവയസ്സുമാത്രം പ്രായമുള്ള സ്കൗട്ടായിരുന്നു. ശത്രുനീക്ക ങ്ങൾ മണത്തറിയുന്ന ചുമതലയായിരുന്നു ആ കൊച്ചു സഖാവിന്. വെടി വയ്പിൽ അനഘാശയൻ രക്തസാക്ഷിയായി.

## വയലാറിലെ രക്തസാക്ഷിത്വം

മേനാശ്ശേരിയിലും ഒളതലയിലും ആക്രമണം നടത്തിയ സമയം തന്നെ, വയലാർ ക്യാമ്പ് അക്രമിക്കാനായിരുന്നു പട്ടാളത്തിന്റെ പദ്ധതി. ഒക്ടോബർ 26-ാം തീയതി രാത്രി കായൽമാർഗം പട്ടാളത്തെ ഇറക്കാനുള്ള നീക്കം ചെറുത്തു പരാജയപ്പെടുത്തി. അടുത്തദിവസം (27-ാംതീയതി) ഉച്ചക്ക് 12 മണിയോടുകൂടി അതിവേഗ ബോട്ടുകളിൽ ആയുധമണിഞ്ഞ

പുന്നപ്ര-വയലാർ രക്തസാക്ഷി മണ്ഡപം

500 പട്ടാളക്കാർ വയലാറിലേക്കു കുതിച്ചു. ക്യാമ്പിൽ ഉച്ചഭക്ഷണം കഴിക്കാൻ ഒരുങ്ങുകയായിരുന്നു. പട്ടാളത്തിന്റെ ബോട്ടിന്റെ ഇരമ്പൽ ഇവരുടെ ചെവിയിലെത്തി. പല സ്ഥലങ്ങളിലായി കായൽ വഴി പട്ടാള ത്തെയിറക്കി. ക്യാമ്പിൽ ഉണ്ടായിരുന്നത് 200 പേർ മാത്രം. വെടി ഉതിർത്തുതുടങ്ങി. വാരിക്കുന്തങ്ങളുമായി സഖാക്കൾ ഇഴഞ്ഞിഴഞ്ഞ് മുന്നോട്ടു നീങ്ങി. മനുഷ്യരെന്നോ മരങ്ങളെന്നോ വീടുകളെന്നോ നോക്കാതെ സ്റ്റെൻഗണ്ണുകളിൽനിന്ന് വെടിയുണ്ടകൾ പാഞ്ഞു. തെങ്ങു കൾ തുളച്ച് തെങ്ങിൻകുലകൾ ചിതറിച്ച് മനുഷ്യമാംസവും രക്തവും തെറിപ്പിച്ച് വെടിയുണ്ടകൾ വർഷിക്കപ്പെട്ടു.

സഖാക്കളെ മുന്നോട്ട്-മുന്നോട്ട് എന്ന് ആജ്ഞ ഓരോരുത്തരും മരിച്ചു വീഴുന്നതിനു തൊട്ടുമുമ്പും നൽകിക്കൊണ്ടിരുന്നു. നൂറ്റമ്പതിലേറെ പേർ മരിച്ചു വീണു.

അവശേഷിച്ചവർ തുടർന്നും പോരാടി മരിക്കാൻ തയ്യാർ....

എന്നാൽ ചെറിയ ചെറിയ ഗ്രൂപ്പുകളായി ക്യാമ്പുകൾ പിരിച്ചുവിട്ടു.

ആക്ഷൻ കമ്മിറ്റിയുടെ നിർദേശാനുസരണം സഖാക്കൾ ഒളിവിൽ പോകാൻ തുടങ്ങിയിരുന്നു.

പുന്നപ്ര-വയലാറിൽ എത്രപേർ രക്തസാക്ഷികളായി? എഴുന്നൂ റെന്നും ആയിരമെന്നും മൂവായിരമെന്നും പല കണക്കുകളാണ് പലരും രേഖപ്പെടുത്തിയിട്ടുള്ളത്. ക്യാമ്പുകളിൽ പല നാട്ടുകാരായ ആളുകൾ ഉണ്ടായിരുന്നു. പലരും മടങ്ങി. പിടികൊടുക്കാതെ പലരും ഒളിവിൽ പോയി. പലരും മരിച്ചു. മടങ്ങിയവരെത്ര, ഒളിവിൽ പോയവരെത്ര, മരിച്ച വരെത്ര കണക്കുകൾക്ക് തിട്ടമില്ല. ആയിരത്തോളം പേർ മരിച്ചിട്ടുണ്ടെന്ന് സാമാന്യേന ഉറപ്പിക്കാം.

സ. ടി വി തോമസിനെ അറസ്റ്റ് ചെയ്തു. എ ഐ റ്റി യു സി ഉൾപ്പെടെ അൻപത് സംഘടനകളെ നിയമവിരുദ്ധമായി പ്രഖ്യാപിച്ചു. നേതാക്കൾക്കായി വ്യാപകമായി വലവിരിച്ചു. രാത്രിയുടെ മറവിൽ ഒരു വള്ളത്തിൽ സ. കെ സി ജോർജ് രക്ഷപ്പെട്ടു. സഖാക്കൾ കെ വി പത്രോസ്, കെ കെ കുഞ്ഞൻ, സി ജി സദാശിവൻ, പി ജി പത്മനാഭൻ എന്നിവരും പല വള്ളങ്ങളിൽ കയറി രക്ഷപ്പെട്ടു. കാവൽ നിന്ന പട്ടാള ക്കാരെ സമീപിച്ച് ഒരാൾ "കുമാരപ്പണിക്കരെ അറസ്റ്റ് ചെയ്തതറിഞ്ഞി ല്ലേ"യെന്നു ചോദിച്ചു. അവർ ജാഗ്രത മതിയാക്കി മാറിയ അവസരം നോക്കി പണിക്കർ രക്ഷപ്പെട്ടു.

ശത്രുവിന്റെ എല്ലാ നീക്കങ്ങളെയും പരാജയപ്പെടുത്തി നേതാക്കൾ വീണ്ടും സന്ധിക്കുകയും ഭാവിപരിപാടികൾ ആസൂത്രണം ചെയ്യുകയും ചെയ്തു. സി പി യുടെ അമേരിക്കൻ മോഡലും സ്വതന്ത്ര തിരുവിതാംകൂർ വാദവും തകർക്കാൻ കമ്മ്യൂണിസ്റ്റ് പാർട്ടിക്കും തൊഴിലാളിവർഗത്തിനും

പുന്നപ്ര – വയലാർ രക്തസാക്ഷി വാരാചരണ കമ്മിറ്റി ഓഫീസ്

കഴിഞ്ഞത്‌ പുന്നപ്ര വയലാറിൽ തുടങ്ങിയ സമരം മുന്നോട്ടു കൊണ്ടു പോയതിനാലാണ്‌.

## പുന്നപ്ര-വയലാർ നൽകുന്ന പാഠം

പുന്നപ്ര-വയലാർ സമരത്തിന്റെ പ്രാധാന്യത്തെപ്പറ്റി സഖാവ്‌ ഇ എം എസ്‌ ഇങ്ങനെ വിലയിരുത്തി.

പൊലീസിനെയും ഗുണ്ടാവിളയാട്ടത്തെയും ചെറുത്തു നിൽക്കാൻ പ്രത്യക്ഷത്തിൽ ഒട്ടും കഴിവില്ലാത്ത സംഘടിത തൊഴിലാളി വർഗവും അതിനു നേതൃത്വം നൽകുന്ന കമ്യൂണിസ്റ്റ്‌ പാർട്ടിയു മാണ്‌ സംഘടിതവും ശക്തവുമായ ശത്രുസൈന്യത്തെ നേരിടു ന്നത്‌. നേരിട്ടുള്ള ഏറ്റുമുട്ടലിൽ പൊലീസും ഗുണ്ടകളും അട ങ്ങുന്നവർക്കായിരിക്കും വിജയമെന്ന കാര്യത്തിൽ തർക്കമില്ല. പക്ഷെ പോലീസിനും പട്ടാളത്തിനും അവരെ പരാജയപ്പെടുത്താ നായില്ല. 'വാരിക്കുന്തവിപ്ലവം എന്ന പേരിൽ അപഹസിക്കപ്പെട്ടു. ഏറ്റുമുട്ടൽ അമ്പലപ്പുഴ താലൂക്കിലെ പുന്നപ്രയിലും ചേർത്തല താലൂക്കിലെ വയലാറിലും നടന്നു.

രണ്ടിടത്തും തൊഴിലാളി വർഗചേരി പരാജയമടഞ്ഞു. രണ്ടിലും കൂടി നൂറു കണക്കിൽ സഖാക്കൾ രക്തസാക്ഷികളായി; അതിലും എത്രയോ കൂടുതൽ ആളുകൾ പട്ടാളഭരണത്തിന്റെ ക്രൂരനടപടി കൾക്കിരയായി. പൊലീസ്‌ ലോക്കപ്പുകളിലും സബ്‌ ജയിലിലു കളിലും മാസങ്ങളോളം കഴിച്ചു കൂട്ടേണ്ടിവന്നു. വിപ്ലവ പ്രസ്ഥാന ത്തെ അടിച്ചമർത്തിയെന്ന്‌ ശത്രുക്കൾ സമാധാനിച്ചു.

ഇതു സംബന്ധിച്ച്‌ പ്രസ്ഥാനത്തിന്റെ ചേരിയിൽ തന്നെ ഗൗരവാ ഹമായ അഭിപ്രായഭിന്നതകൾ പുറത്തുവന്നു. നൂറുകണക്കിന്‌ ചെറുപ്പക്കാരെയും കുടുംബങ്ങളെയും കുരുതികൊടുത്തു എന്ന ആരോപണം പാർട്ടിക്കെതിരെ ഉയർന്നു....

എന്നാൽ ഈ സ്ഥിതിവിശേഷം അധികനാൾ നീണ്ടില്ല. പുന്നപ്ര-വയലാർ സമരം നടന്ന്‌ പത്തുമാസത്തിനകം തന്നെ സ്വതന്ത്ര തിരു വിതാംകൂറിന്റെയും അമേരിക്കൻ മോഡലിന്റെയും കർത്താവായ സർ. സി പി രാമസ്വാമി അയ്യർ അപമാനിതനായി നാടുവിട്ടു. അതോടെ സ്വതന്ത്ര തിരുവിതാംകൂറും അമേരിക്കൻ മോഡലും ചവറ്റുകൊട്ടയിൽ ആവുകയും ചെയ്തു.

ആധുനികതൊഴിലാളി വർഗം കേരളത്തിൽ പിറവിയെടുത്ത വേള യിൽത്തന്നെ പോരാട്ടപാതയും തെളിഞ്ഞുവന്നിരുന്നു. ട്രേഡ്‌ യൂണിയൻ- ജനാധിപത്യ സ്വാതന്ത്ര്യം ആവോളം നാം അനുഭവിക്കുമ്പോൾ നാം നാമായിത്തീരുന്നതിൽ പങ്കുവഹിച്ചവരെ മറക്കാൻ പാടില്ല. ട്രേഡ്‌ യൂണിയൻ ജനാധിപത്യ സ്വാതന്ത്ര്യങ്ങൾ കവരാൻ ശ്രമിക്കുന്ന ആഗോ

പുന്നപ്ര വയലാർ ആക്ഷൻ കൗൺസിൽ അംഗങ്ങൾ

കെ സി ജോർജ്ജ്  കെ വി പത്രോസ്    സി ജി    കെ കെ കുഞ്ഞൻ  പി ജി പത്മനാഭൻ
സദാശിവൻ

ളവൽക്കരണക്കാലത്ത് പുന്നപ്ര–വയലാറിന്റെ സമരപാത നമുക്ക് പാഠമാ
യിരിക്കും.

ദൈനംദിന പ്രശ്നങ്ങളിൽ വിട്ടുവീഴ്ച ചെയ്താലും രാഷ്ട്രീയത്തിൽ
തൊഴിലാളി വർഗത്തിന് വിട്ടുവീഴ്ചയുണ്ടാവില്ല.

# 7

# നിറമണിഞ്ഞ
# കുണിയൻ പുഴയോരം

*കരിവെള്ളൂർ രക്തസാക്ഷിമണ്ഡപം*

**ദേ**ശീയപാതയ്ക്ക് ഓരം ചേർന്നാണ് ഓണക്കുന്ന്. ഓണക്കുന്നിൽ ബസിറങ്ങി അൽപ്പം നടന്നപ്പോൾ സ. എ വി സ്മാരകം കാണപ്പെട്ടു. ചൂടുചോരകൊണ്ട് വീരഗാഥ രചിച്ച കരിവെള്ളൂർ സമരഭൂമിയിലാണ് നിൽക്കുന്നതെന്ന അറിവ് ഞങ്ങളെ നിശ്ശബ്ദരാക്കി. കൊടിയ നാടു വാഴി-ജന്മിത്വ ചൂഷണത്തിനും ബ്രിട്ടീഷ് സാമ്രാജ്യഭരണത്തിനും

സാമൂഹ്യ അനാചാരങ്ങൾക്കുമെതിരെയും, മനുഷ്യാവകാശത്തിനും ജനാ
ധിപത്യത്തിനും വേണ്ടി ഐതിഹാസികമായ സമരം നടന്ന കരിവെള്ളൂർ.

ദീർഘകാലം കരിവെള്ളൂർ–പെരളം പഞ്ചായത്തിന്റെ പ്രസിഡന്റും
പഞ്ചായത്ത് പ്രസിഡന്റുമാരുടെ അസോസിയേഷന്റെ സംസ്ഥാന
അധ്യക്ഷനുമായിരുന്നയാളാണ് സഖാവ് നാരായണേട്ടൻ. കരിവെള്ളൂർ
സമരചരിത്രം പുതിയ തലമുറയെ പഠിപ്പിക്കാനും ആ സമരത്തിന്റെ
സ്മരണ നിലനിർത്താനും സഖാവ് ഏറെ പരിശ്രമിച്ചിട്ടുണ്ട്. നാരായണോ
ട്ടന്റെ വീട്ടിലെത്തുമ്പോഴേയ്ക്കും സഖാവ് ഷർട്ട് ധരിച്ചുകഴിഞ്ഞു. സമര
ഭൂമിയിൽ ഒരുവട്ടം കൂടി ചുറ്റിനടക്കാൻ.

കരിവെള്ളൂർ സമരത്തിൽ നേരിട്ട് പങ്കെടുത്തവരിൽ വിരലിലെണ്ണാവു
ന്നവർ മാത്രമേ ഇപ്പോൾ ജീവിച്ചിരിപ്പുള്ളൂ. സമരസേനാനി സഖാവ് തേറ
ഗോവിന്ദനെ കാണാൻ കുണിയൻ പടിഞ്ഞാറേക്കരയിലുള്ള അദ്ദേഹ
ത്തിന്റെ വീട്ടിലേക്കു ഞങ്ങൾ നടന്നു.

1946 ഡിസംബർ 29ന് നടന്ന സമരത്തിൽ നേരിട്ട് പങ്കെടുത്ത
സ. തേറ ഗോവിന്ദൻ കിടപ്പിലാണ്. കരിവെള്ളൂർ കേസിൽ 3 വർഷവും
ആറു മാസവും തടവ് ശിക്ഷ അനുഭവിച്ച ഗോവിന്ദേട്ടൻ സേലം ജയിൽ
വെടിവെയ്പ് നടന്ന ദിവസം ജയിലിൽ ഉണ്ടായിരുന്നു.

നാരായണോട്ടന് കരിവെള്ളൂരിലെ ഓരോ വീട്ടിലും മുന്നറിയിപ്പില്ലാതെ
കടന്നു ചെല്ലാം.

"ഗോവിന്ദേട്ടാ..."

നാരായണോട്ടന്റെ വിളികേട്ട് സഖാവ് കട്ടിലിൽനിന്നും എഴു
ന്നേൽക്കാൻ ശ്രമിച്ചു.

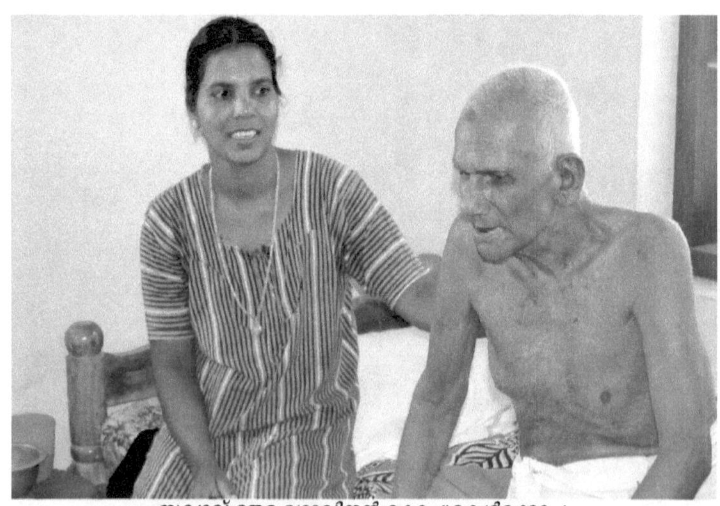

സഖാവ് തേറ ഗോവിന്ദൻ കൊച്ചുമകൾക്കൊപ്പം

മറ്റൊരാളിന്റെ സഹായം വേണം എഴുന്നേറ്റിരിക്കാൻ. വയസ്സ് തൊണ്ണൂറ്റിനാല്. പലയാവർത്തി ഉരുവിട്ട കാര്യങ്ങൾ ഓർത്തെടുക്കുക യാണ്.

1946–ൽ കുണിയൻ പുഴയുടെ തീരത്ത് നടന്ന ആ കർഷക മുന്നേ റ്റത്തിലൂടെ ഇന്ത്യാ ചരിത്രത്തിൽ അടയാളപ്പെടുത്തപ്പെട്ട പ്രദേശമാണ് കരിവെള്ളൂർ.

## കരിവെള്ളൂർ: ഇടവും ചരിത്രവും

കണ്ണൂർ നഗരത്തിൽ നിന്ന് 48 കിലോമീറ്റർ വടക്കായി (കണ്ണൂർ– കാസർഗോഡ് നാഷണൽ ഹൈവേ) തളിപ്പറമ്പ് താലൂക്കിൽ ഉൾപ്പെട്ട വടക്കേ അറ്റത്തെ ഗ്രാമമാണ് കരിവെള്ളൂർ. നേരത്തെ മദ്രാസ് പ്രവി ശ്യയിലെ മലബാറിൽ (വടക്കേ മലബാറിൽ) പഴയ ചിറക്കൽ താലൂ ക്കിലെ വടക്കേ അറ്റത്തെ പ്രദേശമായിരുന്നു ഇത്.

കരിവെള്ളൂരിന് തനതായ ഒരു സാംസ്കാരിക ചരിത്രമുണ്ട്. കരിവെള്ളൂരിന്റെ സാംസ്കാരിക ചരിത്രത്തിലെ ദീപസ്തംഭങ്ങളാണ് മണക്കാടൻ ഗുരുക്കളും പലിയേരി എഴുത്തച്ഛനും ശങ്കരനാഥ ജ്യോത്സ്യരും. തെയ്യം കലയുടെ കുലഗുരുവെന്നറിയപ്പെടുന്ന മണക്കാടൻ ഗുരുക്കളെക്കുറിച്ചുള്ള എണ്ണമറ്റ കഥകൾ മിത്തുകളായി കരിവെള്ളൂരിന്റെ മനസിൽ ഇന്നും ഉണ്ട്. കരിവെള്ളൂരിൽ ജനിച്ചു വളർന്ന് ദേശീയ പ്രശസ്തനായി തീർന്ന ശങ്കരനാഥ ജ്യോത്സ്യർക്ക് (1790–1859) തർക്കം, വ്യാകരണം, കാവ്യാലങ്കാരം, വൈദ്യം, ജ്യോതിഷം തുടങ്ങിയ വിഷയ ങ്ങളിൽ അപാരമായ അറിവ് ഉണ്ടായിരുന്നു. 'ലാഹോർ സിംഹം' എന്ന റിയപ്പെട്ടിരുന്ന പഞ്ചാബിലെ റാണാ രഞ്ജിത്ത് സിംഹൻ ശങ്കരനാഥന്റെ മഹാസിദ്ധികളറിഞ്ഞ് അദ്ദേഹത്തെ അമൃത്സറിലേക്ക് ക്ഷണിക്കുകയും പഞ്ചാബിന്റെ പ്രധാനമന്ത്രിയാക്കുകയും ചെയ്തു. ശങ്കരനാഥന്റെ സിദ്ധികളറിഞ്ഞ സ്വാതിതിരുനാൾ മഹാരാജാവിന്റെ ആഗ്രഹപ്രകാരം ജ്യോത്സ്യർ തിരുവിതാംകൂറിൽ വരികയും സ്വാതിതിരുനാൾ അദ്ദേഹത്തെ സദർ കോടതിയിലെ ജഡ്ജിയായി നിയമിക്കുകയും ചെയ്തുവത്രെ. (ഈ കോടതിയാണ് പിന്നീട് ഹൈക്കോടതിയായി മാറിയത്.)

കാർഷികപ്രധാനമായ ഗ്രാമമായിരുന്നെങ്കിലും കരിവെള്ളൂരിനെ എന്നും ചുഴ്ന്ന് നിന്നത് സാമ്പത്തിക പിന്നോക്കാവസ്ഥയായിരുന്നു. വങ്ങാട്ട് ഉണിത്തിരി, കോട്ടൂർ ചെറുളി ഇല്ലം, താഴേക്കാട്ട് മന, കോട്ടുക്കര നമ്പി, എടമന നമ്പി, നീലമന നമ്പൂതിരിമാർ, കയ്ക്കോട്ട് കടവ്, ഉടുമ്പന്തല എന്നിവരാണ് പ്രധാന പ്രാദേശിക ജന്മിമാർ. ചിറക്കൽ കോവി ലകം ആധിപത്യം സ്ഥാപിച്ച ശേഷം ഭൂമിയുടെ സിംഹഭാഗവും അവരുടെ കൈകളിലായി.

കൃഷിക്കാരിൽനിന്നും പല മാർഗങ്ങളും ഉപയോഗിച്ച് ജന്മിമാർ നികു തികൾ പിരിച്ചെടുത്തു. അന്ധവിശ്വാസത്തിൽ അധിഷ്ഠിതമായ സാമൂഹ്യ വ്യവസ്ഥയും ജാതീയതയും ഉച്ചനീചത്വങ്ങളും വിധിവിശ്വാ

സവും എല്ലാം നിശ്ശബ്ദമായി സഹിക്കുവാൻ ജനങ്ങളെ നിർബന്ധിച്ചു.

ദേശീയപ്രസ്ഥാനത്തിന്റെ അലയൊലികൾ അങ്ങിങ്ങ് ഉയർന്നതോടെ യാണ് കരിവെള്ളൂരും രാഷ്ട്രീയവൽക്കരിക്കപ്പെടുന്നത്. 1928 മെയ് 25, 26, 27 തീയതികളിലായി പണ്ഡിറ്റ് ജവഹർലാൽ നെഹ്റു അധ്യക്ഷനാ യികൊണ്ട് പട്ടന്നൂരിൽ കോൺഗ്രസിന്റെ നാലാം സംസ്ഥാനസമ്മേളനം നടന്നപ്പോൾ കരിവെള്ളൂരിൽനിന്നും പങ്കാളിത്തമുണ്ടായിരുന്നു.

കേരളത്തിലെ ആദ്യത്തെ സംഘടിത യുവജന പ്രസ്ഥാനം 1934 ഏപ്രിൽ 13-ന് കരിവെള്ളൂരിലെ വടക്കേ മണക്കാട്ട് വന്നലക്കോട്ട് വയലിലെ കരിമ്പിൽ കുഞ്ഞിരാമന്റെ പീടികമുറ്റത്ത് 'അഭിനവഭാരത യുവക്സംഘം' എന്ന പേരിൽ രൂപീകരിച്ചു. യുവാക്കളുടെ സഹജമായ ആദർശബോധവും സ്വാതന്ത്ര്യബോധവും ഊതിയുണർത്തി സമൂഹ ത്തിൽ അവരെ സമർഥരാക്കുക, സന്നദ്ധ പ്രവർത്തനങ്ങളിലൂടെ യുവാ ക്കളെയും വിദ്യാർഥികളെയും മറ്റും സംഘടിപ്പിച്ച് ഒരേ സമയം ബ്രിട്ടീഷ് സാമ്രാജ്യത്വത്തിനും കൃഷിക്കാരെ പിഴിഞ്ഞൂറ്റുന്ന നാടുവാഴിത്തത്തിനും എതിരായ ഐക്യനിര ശക്തമാക്കുക എന്നതായിരുന്നു സംഘത്തിന്റെ ലക്ഷ്യം. ഇതിന്റെ നേതാക്കൾ എ വി കുഞ്ഞമ്പു, വി വി കുഞ്ഞമ്പു മുതലായവരായിരുന്നു. കെ കൃഷ്ണൻ മാസ്റ്റർ, പി കുഞ്ഞിരാമൻ തുടങ്ങി അനേകം സഖാക്കൾ ഈ സംഘത്തിൽ കൂടി വളർന്നവരാണ്.

1935ൽ കണ്ണൂർ കൊളച്ചേരിയിൽ മലബാറിലെ ആദ്യത്തെ കർഷകസംഘം രൂപീകരിക്കപ്പെട്ടു. രണ്ടു മാസത്തിനുള്ളിൽ തന്നെ 1935 സെപ്തംബറിൽ രണ്ടാമത്തെ കർഷകസംഘത്തിന്റെ രൂപീകരണം കരി വെള്ളൂർ ഓണക്കുന്നിലെ പൈൽ മരത്തിന്റെ ചുവട്ടിൽ വച്ചു നടന്നു. എ വി കുഞ്ഞമ്പു പ്രസിഡണ്ടും, എം പി അപ്പുമാസ്റ്റർ സെക്രട്ടറിയും. 1931ലെ കമ്യൂണിസ്റ്റ് ലീഗിന്റെയും 1937ൽ കോഴിക്കോട് വച്ച് രൂപീകരി ക്കപ്പെട്ട കമ്യൂണിസ്റ്റ് ഗ്രൂപ്പിന്റെയും തുടർച്ചയെന്നോണം കേരളത്തിലെ കോൺഗ്രസ് സോഷ്യലിസ്റ്റ് പാർട്ടി ഒന്നടങ്കം കമ്യൂണിസ്റ്റ് പാർട്ടിയായി മാറി. 1939 ഡിസംബറിൽ നടന്ന പാറപ്രം സമ്മേളനത്തിൽ കരിവെള്ളൂ രിൽ നിന്ന് എ വി കുഞ്ഞമ്പു, വി വി കുഞ്ഞമ്പു എന്നിവർ പങ്കെടുത്തു. സമ്മേളനം കഴിഞ്ഞ് മടങ്ങിയെത്തിയ അടുത്ത ദിവസം തന്നെ എ വി കരിവെള്ളൂരിൽ കമ്യൂണിസ്റ്റ് പാർട്ടിയുടെ ആദ്യ സെൽ രൂപീകരിച്ചു.

1940 സെപ്തംബർ 15-ന്റെ കെ പി സി സി ആഹ്വാനം ചെയ്ത പ്രതിഷേധദിനാചരണം തലശ്ശേരി, മട്ടന്നൂർ, മൊറാഴ എന്നിവിടങ്ങളിൽ പൊലീസ് വെടിവയ്പിൽ കലാശിച്ചതും, 1941 മാർച്ച് 26 ന് കയ്യൂരിൽ നടന്ന സംഭവവും കരിവെള്ളൂരിലും പ്രത്യഘാതങ്ങളുണ്ടാക്കി. മേൽപ്പറഞ്ഞ സംഭവങ്ങളുടെ മറവിൽ കരിവെള്ളൂരിലും കമ്യൂണിസ്റ്റുകാർ വേട്ടയാടപ്പെട്ടു.

രണ്ടാം ലോകമഹായുദ്ധം സൃഷ്ടിച്ച രൂക്ഷമായ ഭക്ഷ്യക്ഷാമവും വിലക്കയറ്റവും പകർച്ചവ്യാധികളും കരിവെള്ളൂരിലെയും നിത്യജീവിതം അതീവ ദുസ്സഹമാക്കി. കർഷകസംഘവും കമ്യൂണിസ്റ്റ് പാർട്ടിയും പട്ടി

പി കുഞ്ഞിരാമൻ    കെ കൃഷ്ണൻ    സഖാവ് തിടിൽ    സഖാവ് കീനേരി
                  മാസ്റ്റർ        ഗണ്ണൻ         കുഞ്ഞമ്പു

ണിയും ഭക്ഷ്യക്ഷാമവും നേരിടാൻ പദ്ധതി തയ്യാറാക്കിയതിന്റെ അടി
സ്ഥാനത്തിൽ കരിവെള്ളൂരിലും കർഷകസംഘം പ്രവർത്തകർ ഇത്തരം
പ്രവർത്തനങ്ങൾക്ക് നേതൃത്വം നൽകി.

പ്രതിഷേധഗാനങ്ങൾ സുപരിചിതമായി.

"ഉരിയരി പോലും കിട്ടാനില്ല
പൊന്നു കൊടുത്താലും
ഉദയാസ്തമയം പീടികമുമ്പിൽ
നിന്നു നരച്ചാലും."

ഭക്ഷ്യക്ഷാമത്തിനുപുറമെ ചിമ്മിണി (മണ്ണെണ്ണ)യ്ക്കും ചില്ലറയ്ക്കും
ക്ഷാമമായിരുന്നു. ഭക്ഷ്യവസ്തുക്കൾ പൂഴ്ത്തി വച്ചു. നാടുവാഴി
ഏജന്റുമാർ കരിഞ്ചന്ത വിൽപ്പന വ്യാപകമാക്കി. പട്ടിണിയുടെ പരിണത
ഫലമായി കോളറ, ഛർദി, അതിസാരം വ്യാപകമായി പടർന്നു പിടിക്കു
കയും ചെയ്തതോടുകൂടി ജനജീവിതം ഇരട്ട ഭീഷണിയിലായി.

കരിവെള്ളൂർ ഭക്ഷ്യധാന്യങ്ങളുടെ കാര്യത്തിൽ ഒരു കമ്മിപ്രദേ
ശമാണ്. അന്നത്തെ എട്ട് ഔൺസ് റേഷൻ അനുസരിച്ച് കരിവെള്ളൂ
രിലെ ജനങ്ങൾക്ക് നാലുമാസം വിതരണം ചെയ്യുന്നതിനുള്ള നെല്ല് മാത്ര
മാണിവിടെ ഉൽപ്പാദിപ്പിക്കുന്നത്. ഭൂമിയിൽ ഏറിയ ഭാഗവും ചിറക്കൽ
കോവിലകത്തിന്റേതാണ്. എന്നാൽ മിച്ചപ്രദേശങ്ങളായ എരമം, രാമന്തളി,
കണ്ണപുരം, കോലത്തുവയൽ തുടങ്ങിയ പ്രദേശങ്ങളിലെ കൃഷിഭൂമി മുഴു
വൻ കേരവിലകത്തിന്റേതാണ്. ചിറക്കൽ കോവിലകത്തേക്കുള്ള പാട്ടം
നെല്ല് കരിവെള്ളൂരിൽനിന്ന് കൊണ്ടുപോകാതെ സർക്കാർ നിശ്ചയിച്ചിട്ടുള്ള
പി സി സി സ്റ്റോറിൽ (producers and consumers co-operative soci-
ety) അളന്ന് പണം വാങ്ങി പോകണമെന്ന ആവശ്യം കർഷകസംഘം
പ്രവർത്തകർ ഉന്നയിച്ചു. പാട്ടം നെല്ലായി കൊടുക്കുന്നതിനു പകരം
പണമായി കൊടുക്കണമെന്ന് പറഞ്ഞത് അനുസരിക്കാതെ കൃഷിക്കാർ
സൂത്രത്തിൽ പ്രവർത്തകരറിയാതെ നെല്ലുതന്നെ കൊടുക്കുകയാണു
ണ്ടായത്. അങ്ങനെ നെല്ലു മുഴുവൻ തമ്പുരാന്റെ കളപ്പുരയിൽ എത്തി
എന്ന് കണ്ടപ്പോൾ നെല്ല് അവിടെ നിന്ന് കടത്തിക്കൊണ്ടു പോകരു

തെന്നും അത് സ്റ്റോറിൽ അളക്കണ
മെന്നും കർഷകസംഘം പ്രവർത്തകർ
ആവശ്യപ്പെട്ടു. കാര്യസ്ഥർ നെല്ലു കടത്തു
ന്നതിനുള്ള ശ്രമം നാട്ടുകാർ തടഞ്ഞു.
നെല്ലു കടത്തിക്കൊണ്ടു പോകാനുള്ള
തീരുമാനത്തിൽ നിന്ന് പിന്തിരിയണമെ
ന്നാവശ്യപ്പെട്ട് ആയിരക്കണക്കിന് ജന
ങ്ങളെ അണി നിരത്തി ഒരു പ്രകട
നവുമായി എ വി പി കുഞ്ഞിരാമൻ, കെ
കൃഷ്ണൻ മാസ്റ്റർ തുടങ്ങിയ നേതാക്കൾ
വങ്ങാട്ട് മഠത്തിലെ നാരായണൻ ഉണി
ത്തിരിയെ സമീപിച്ചു. 1946 ഡിസംബർ 1
ന് എ വി യുടെ നേതൃത്വത്തിൽ ഒരു ജാഥ

എ വി കുഞ്ഞമ്പു

ചിറക്കൽ കോവിലകത്തേക്കും പോയി. എന്നാൽ നെല്ല് കടത്തിക്കൊണ്ടു
പോകാൻ തന്നെ ചിറക്കൽ തമ്പുരാൻ തീരുമാനിച്ചു. ഇത് ഒരു അഭിമാന
പ്രശ്നമായി തന്നെ കമ്മ്യൂണിസ്റ്റ് പാർട്ടിയുടെയും കർഷകസംഘ
ത്തിന്റെയും പ്രവർത്തകർ ഏറ്റെടുത്തു കഴിഞ്ഞിരുന്നു. ഇതേ ഘട്ടത്തിൽ
പയ്യന്നൂർ ഫർക്കയിലെങ്ങും ജന്മിമാർ കടത്തിക്കൊണ്ടുപോകുന്ന നെല്ല്
കർഷകസംഘം പ്രവർത്തകർ വഴിയിൽ തടഞ്ഞ നിരവധി സംഭവ
ങ്ങളുണ്ടായി.

നെല്ല് കടത്തിക്കൊണ്ടു പോകാൻ ചിറക്കൽ കോവിലകത്തിന്റെ
സംഘം പൊലീസ് പിന്തുണയോടുകൂടി എത്തുമെന്ന് ഉറപ്പായതിനാൽ
അങ്ങനെ വന്നാൽ അത് തടയണമെന്നും എന്തുവിലകൊടുത്തും നാടി
ന്റെയും പ്രസ്ഥാനത്തിന്റെയും അഭിമാനം സംരക്ഷിക്കണമെന്നും വീടു
വീടാന്തരം കയറി എ വി പി കുഞ്ഞിരാമൻ, കൃഷ്ണൻ മാസ്റ്റർ തുടങ്ങിയ
നേതാക്കളും പ്രവർത്തകരും അറിയിച്ചു. മാത്രമല്ല സമ്മേളനഭിയർമാർക്ക്
പരിശീലനവും നൽകി. പ്രവർത്തകയോഗവും സംഘടിപ്പിച്ചു.

കരിവെള്ളൂരിനെ കേരളത്തിന്റെയും ഇന്ത്യയുടെയും കർഷകസമര
ചരിത്രത്തിലെ ഒരു രക്താധ്യായമാക്കി തീർത്ത ദിനമാണ് 1946 ഡിസം
ബർ 20, വെള്ളിയാഴ്ച. ചിറക്കൽ രാജാവിന്റെ അഭ്യർഥന അനുസരിച്ച്
രണ്ട് പ്ലാറ്റൂൺ എം എസ് പി യും അതിനു തലവന്മാരായ 2 ജമേ
ദാർമാരും, പയ്യന്നൂർ സബ് ഇൻസ്പെക്ടറുടെയും പൊലീസ് കോൺസ്റ്റ
ബിളിന്റെയും അകമ്പടിയോടുകൂടി ഒരു സംഘം രാവിലെ 9 മണിയോടു
കൂടി പാലത്തറ വഴി കുണിയൻ പുഴയുടെ തീരത്തുള്ള കളപ്പുരയിലേക്ക്
എത്തി. ഒരു വലിയ ചീന (വള്ളം) കുണിയൻ പുഴയിലൊരുക്കി നിർത്തി
യിരുന്നു. വളപട്ടണത്തു നിന്നുള്ള ചുമട്ടുകാർ, തുഴച്ചിലുകാർ, ചിറക്കൽ
രാജാവിന്റെ കാര്യസ്ഥർ എന്നിവരടങ്ങിയതാണ് നെല്ലു കടത്താനെത്തിയ
സംഘം.

ഈ വിവരം അറിഞ്ഞ കൃഷ്ണൻ മാസ്റ്റർ എ വി യെ ചെന്ന്

വിവരമറിയിച്ചു. കേട്ടവർ കേട്ടവർ പരസ്പരം പറഞ്ഞു. വാർത്തയ്ക്ക് കാട്ടുതീയുടെയും കാറ്റിന്റെയും വേഗം. തന്റെ വാച്ചും പേനയും ഭാര്യ ദേവയാനിയെ ഏൽപ്പിച്ച് അവസാനത്തെ യാത്ര പറച്ചിലുമായി നിമിഷങ്ങൾക്കുള്ളിൽ എ വി പടിയിറങ്ങി. പലരും പണിയെടുക്കുന്ന അതേ വേഷത്തിൽ ചേന്തട്ട ചിരിയമ്മയുടെ പറമ്പിലെ കല്ലുകൊത്തു പണയയിൽ നിന്ന് തിടിൽ കണ്ണനും ചെമ്മണ്ണ് വേഷത്തിൽ.

കളപ്പുരയുടെ മുന്നിലെത്തിയപ്പോൾ അവർ ഞെട്ടലോടെ ആ കാഴ്ച കണ്ടു. കരിവെള്ളൂരിലെ ജനങ്ങളുടെ പട്ടിണി മാറ്റേണ്ട 1500 പറ നെല്ല് കളപ്പുരയിൽ നിന്നും ചാക്കുകളിലായി വളപ്പട്ടണക്കാർ മുതുകിൽ താങ്ങി ചീനയിലേക്ക് കടത്തുന്നു. ആത്മാഭിമാനത്തിന് ക്ഷതമേറ്റ ജനതയുടെ ഗർജനമായിരുന്നു പിന്നീട്. ജനക്കൂട്ടത്തെ പൊലീസ് കീഴടക്കു ന്നതിനുമുമ്പ്, എ വി ഒറ്റച്ചാട്ടത്തിന് എം എസ് പി ജമേദാർ ഗോവിന്ദൻ നായരുടെ കഴുത്തിനു പിടിച്ചു. കൃഷ്ണൻ മാസ്റ്ററും പുതിയേടത്ത് രാമനും ഒപ്പം മുന്നോട്ടാഞ്ഞു. എ വിയും ജമേദാരും കെട്ടിമറിഞ്ഞ് തറയിൽ വീണു. ഗോവിന്ദൻനായർ അലറി 'ചാർജ്ജ്'. എ വി യെ ജമേദാരും പൊലീസുകാരും ചേർന്ന് ബയണറ്റ് കൊണ്ട് തലങ്ങും വിലങ്ങും കുത്തി. എ വി യുടെ തലയിൽനിന്ന് ചോര കുടപോലെ മുകളിലേക്ക് ചീറ്റി. എ വി.ബോധം കെട്ടുവീണു. കൃഷ്ണൻ മാസ്റ്ററുടെ മുഖത്ത് തോക്കിന്റെ പാത്തിക്കൊണ്ട് ആഞ്ഞടിച്ചു. ലാത്തിച്ചാർജിൽ പുതിയേടത്ത് രാമന് സാരമായി പരിക്കേറ്റു. ഇതേ സമയം കൂടിനിന്ന ജനങ്ങൾ കവണകൊണ്ടുള്ള കല്ലേറ് ശക്തമാക്കി. ജമേദാർ ഫയറിംഗി നുള്ള ഉത്തരവിട്ടു. ആദ്യത്തെ വെടിയേറ്റ് 14 വയസുമാത്രം പ്രായമുള്ള കീനേരി കുഞ്ഞമ്പു തൽക്ഷണം മരിച്ചു വീണു. വെടിവെയ്പ് തുടങ്ങിയ തോടുകൂടി ജനങ്ങൾ കമിഴ്ന്ന് കിടന്ന് കൈമുട്ടിലിഴഞ്ഞും കല്ലേറ് ശക്തമാക്കി. രണ്ടാമത്തെ വെടിയേറ്റത്, തിടിൽ കണ്ണന്റെ വയറ്റിലാ യിരുന്നു. തിടിൽ കണ്ണൻ പിന്നീട് ചീനയിൽ കിടന്ന് അന്നു വൈകുന്നേരം മരിച്ചു. നിരവധി സമരാംഗങ്ങൾക്ക് വെടിയേറ്റ് സാരമായി പരിക്കേൽക്കുക യുണ്ടായി. സബ് ഇൻസ്പെക്ടർ കൂടെ ഉണ്ടായിരുന്ന കോൺസ്റ്റബിളിനെ പയ്യന്നൂരിലേക്ക് അയച്ചു വിവരമറിയിച്ചതിന്റെ അടിസ്ഥാനത്തിൽ പയ്യ ന്നൂർ സർക്കിൾ ഇൻസ്പെക്ടർ സ്ഥലത്തെത്തിയ ശേഷമാണ് പച്ചോല യിൽ പൊതിഞ്ഞ എ വി കൃഷ്ണൻ മാസ്റ്റർ, പുതിയടത്ത് രാമൻ, തിടിൽ കണ്ണൻ, കീനേരി കുഞ്ഞമ്പു എന്നീ അഞ്ചു ശരീരങ്ങൾ നെല്ലിനൊപ്പം ചീനയിൽ കയറ്റിയത്. കീനേരി കുഞ്ഞമ്പു തൽക്ഷണം മരിച്ചിരുന്നുവെ ങ്കിലും തിടിൽ കണ്ണന്റെ കണ്ണുകളടഞ്ഞത് ചീനയിൽ വച്ചായിരുന്നു. കീനേരി കുഞ്ഞമ്പുവിന്റെയും തിടിൽ കണ്ണന്റെയും മൃതദേഹങ്ങൾ ബന്ധുക്കൾക്കോ പാർട്ടിക്കോ വിട്ടുകൊടുത്തില്ല. പയ്യന്നൂർ മുരിക്കൊവ്വ ലിലെ പൊതുശ്മശാനത്തിൽ സംസ്കരിച്ചു.

"എങ്ങനെ മറക്കുമാ ക്രൂരപൈശാചകൃത്യം
എങ്ങനെ മറക്കുമാ രക്തപങ്കില രംഗം

ഇപ്പകതീരി,ല്ലെന്നാ സാമ്രാജ്യജന്മിത്വങ്ങൾ
ഇപ്പാരിൽ മണ്ണുകപ്പുമപ്പുണ്യദിനം വരെ...."
(പാടുന്ന പടവാൾ എന്ന് സ. ഇ എം എസ് വിശേഷിപ്പിച്ച
സ. ടി എസ് സുബ്രഹ്മണ്യൻ തിരുമുമ്പ് 1947 ജനുവരിയിൽ എഴുതിയ
കരിവെള്ളൂർ സമരത്തെക്കുറിച്ചുള്ള പൂരക്കളിപ്പാട്ടിൽനിന്നുള്ള വരികൾ.)

എ വി കുഞ്ഞമ്പു ഒന്നാം പ്രതിയായി 197 പേരെ പ്രതി ചേർത്ത്
കരിവെള്ളൂർ കേസ് ചാർജ് ചെയ്തു. പയ്യന്നൂർ പോലീസ് സ്റ്റേഷനിൽ
രജിസ്റ്റർ ചെയ്ത കേസിലെ പിടികിട്ടാത്ത 14 പ്രതികളിൽ രണ്ടുപേരെ
പിന്നീട് അറസ്റ്റ് ചെയ്തു. ഇവർക്ക് മാത്രമായി പ്രത്യേകം കേസായിരുന്നു.
1947 സെപ്തംബർ 25ന് നോർത്ത് മലബാർ ഡിവിഷൻ സെഷൻസ്
കോടതി തലശ്ശേരി ജഡ്ജി പി വി കൃഷ്ണസ്വാമി അയ്യർ വിധി പ്രഖ്യാ
പനം നടത്തിയ കേസിൽ വിചാരണ ചെയ്ത 75 പേരിൽ 66 പേരെ
കോടതി ശിക്ഷിച്ചു. ഒന്നാം പ്രതി കൃഷ്ണൻ മാസ്റ്റർ, മൂന്നാം പ്രതി പുതി
യേടത്ത് രാമൻ, നാലാം പ്രതി ചേരിക്കല്ലിൽ കുഞ്ഞമ്പു എന്നിവർക്ക് 8
വർഷം തടവാണ് ശിക്ഷ. എന്നാൽ ഇവർക്കെല്ലാം ഏകദേശം 9 മാസ
ക്കാലം റിമാന്റ് തടവുകാരുടെ ജയിലിൽ കഴിയേണ്ടതായും വന്നു.

സമരത്തെത്തുടർന്ന് കരിവെള്ളൂരിലും പുത്തൂരിലും എം എസ് പി
ക്യാമ്പ് തുറന്നു. കരിവെള്ളൂരിൽ അരിച്ചു പെറുക്കി നടത്തിയ കിരാതമായ
മനുഷ്യവേട്ടയുടെ ഭീകരമായ അനുഭവങ്ങൾ ആർക്കും വിവരിക്കാനാ
കില്ല. ആണായി പിറന്നവരെല്ലാം ഒളിവിലോ പൊലീസ് പിടിയിലോ ആയി.
ഗുണ്ടകളും പൊലീസ് ഒറ്റുകാരും ജന്മിമാരുടെ സിൽബന്തികളും, പിന്നീട്
കോൺഗ്രസുകാരുമെല്ലാം പൊലീസിനാവശ്യമായ സഹായം ചെയ്തു.
എല്ലാ വീടുകളിലും കയറിയിറങ്ങി പരിശോധന, കണ്ണിൽ കണ്ടവരെ
യെല്ലാം ഇടിച്ചു ചതയ്ക്കൽ, സ്ത്രീകളെ അപമാനിക്കൽ തുടങ്ങിയ
ഭീകരതാണ്ഡവം നടക്കുന്നതിനിടയ്ക്കും കരിവെള്ളൂരിൽ അതിശക്ത

പുതിയടത്ത് രാമൻ

മായ ചെറുത്തുനിൽപ്പുണ്ടായി. കരി
വെള്ളൂർ സമരനായകൻ സഖാവ് എ
വി യുടെ സഹധർമിണി ദേവയാനി,
സമരസേനാനി പയങ്ങപ്പാടൻ കു
ഞ്ഞിരാമന്റെ പത്നി കുന്നുമ്മൽ
ശ്രീദേവിയമ്മ, പുതിയടത്ത് രാമന്റെ
ഭാര്യ നീലിയം വീട്ടിൽ ചെറിയ,
കരിവെള്ളൂർ രക്തസാക്ഷി തിടിൽ
കണ്ണന്റെ ഭാര്യ തെക്കുമ്പാടൻ മാധവി
തുടങ്ങിയ കരിവെള്ളൂരിലെയും
സമീപപ്രദേശങ്ങളിലെയും നിരവധി
സ്ത്രീകൾക്ക് കരിവെള്ളൂർ സമരത്തി
നുശേഷം ക്രൂരമായ പൊലീസ്
നരനായാട്ടിന് വിധേയരാകേണ്ടി

രാധാകൃഷ്ണൻ ചെറുവല്ലി, ടി എ രാജശേഖരൻ, രാജശശി കെ

വന്നു. കേരളത്തിനകത്തും പുറത്തും കരിവെള്ളൂർ സമരം എല്ലാ മനു
ഷ്യാവകാശ പോരാട്ടങ്ങൾക്കും ഊർജം പകരാൻ ഉജ്ജ്വല സ്രോതസ്സുക
ളിലൊന്നായി തീർന്നു.

സഖാവ് തേറ ഗോവിന്ദന് എ വി യെയും കൃഷ്ണൻ മാസ്റ്ററെയും,
പയങ്ങപ്പാടൻ കുഞ്ഞിരാമനെയും കുറിച്ച് പറയുമ്പോൾ കണ്ണുകൾ
നിറയുന്നുണ്ടായിരുന്നു. ഈ നേതാക്കൾ കമ്യൂണിസ്റ്റ് പാർട്ടിയുടെ മാത്രം
നേതാക്കളായിരുന്നില്ല. കരിവെള്ളൂരിലെ എല്ലാ മനുഷ്യർക്കും അവരുടെ
ജീവിതപ്രശ്നങ്ങളിൽ ആശ്രയിക്കാവുന്ന ജനനേതാക്കളായിരുന്നു.
1930 കൾക്ക് തുടക്കം മുതൽ കരിവെള്ളൂരിന്റെ രാഷ്ട്രീയബോധവും സമര
ശേഷിയും സംഘടനാരീതികളും രൂപപ്പെടുത്തുന്നതിന്റെ മുഖ്യ നായ
കത്വം വഹിച്ച എ വി തന്നെയാണ്. പിന്നീടുള്ള പ്രസ്ഥാനത്തിന്റെ വളർച്ച
യ്ക്കും പ്രധാനമായി നേതൃത്വം നൽകിയത്.

# 8

## കൃഷിഭൂമിക്കുവേണ്ടി വെടിയുണ്ട ഏറ്റുവാങ്ങിയ കാവുമ്പായി സമരം

**ഘോ**രവനങ്ങൾ വെട്ടി ത്തെളിച്ച് കൃഷിയോഗ്യമാ ക്കുക. അടിക്കാടുമുതൽ വെട്ടി വെട്ടി മുന്നേറുക. വനനശീക രണം എന്ന പദാവലി കണ്ടു പിടിക്കുംമുമ്പ്, അതുമായി ബന്ധപ്പെട്ട അവബോധം ഉറ യ്ക്കുംമുമ്പ് കാടുവെട്ടിത്തെ ളിച്ചാണ് മനുഷ്യർ കൃഷി യിടങ്ങൾ രൂപപ്പെടുത്തിയത്. നാടുപോലെ തന്നെ കാടും ജന്മിമാരുടെ കൈവശമായി രുന്നു.

അക്കാലത്ത് കർഷക ത്തൊഴിലാളികളായ പാവ ങ്ങൾക്ക് സ്വന്തമായി ഒരുതുണ്ട് ഭൂമിപോലും ഉണ്ടായിരുന്നില്ല. കാടു തെളിച്ച് കൃഷിയിറക്കുന്ന രീതിയാണ് പുനംകൃഷി എന്നു വിളിക്കുന്നത്. ജന്മിമാരിൽ നിന്നും പാട്ടത്തിനെടുത്ത മല ങ്കാടുകളിലാണ് പുനംകൃഷി. ഡിസംബർ അവസാനത്തോടെ

കാവുമ്പായി രക്തസാക്ഷിമണ്ഡപം

പി കൃഷ്ണപിള്ള

കുടുംബസമേതമെത്തി പ്രകൃതിയോട് മല്ലിട്ട് കൃഷിക്കാർ അടിക്കാട് വെട്ടിത്തെളിക്കുന്നു. തെളിച്ചെടുത്തശേഷം നിലം ഒന്നരമാസ കാലത്തോളം വെറുതെയിടും. മരക്കുറ്റി കളും വേരും പിഴുതെടുത്ത് തീയിടും. അതിനുശേഷം മൊത്തം നിരപ്പാക്കി കൃഷി യിറക്കും. നെല്ല്, മുത്താറി, തിന, തൊവര തുടങ്ങിയവയാണ് കൃഷി ചെയ്യുന്നത്. കാട്ടു മൃഗങ്ങളെയും പ്രകൃതിയെയും നേരിട്ടാണ് ജീവിതം. ഒരുവിധം ജീവിച്ചുപോകാമെന്നാ യപ്പോൾ അക്രമപ്പിരിവുമായി ജന്മിമാരെത്തി. പാട്ടം, വാശി, കുറ്റിക്കാണം, ആനക്കാവൽ, സർക്കാർവാരം തുടങ്ങിയ അക്രമപിരിവു കൾ കാർഷിക വിളവിൽനിന്നും ജന്മിക്കു കൊടുക്കേണ്ടിവന്നു.

ചിറക്കൽ താലൂക്കിലെ ഊരത്തൂർ ഗ്രാമത്തിലെ കർഷകർ തങ്ങ ളുടെ ആവലാതികൾ ഒരു നാടകരൂപത്തിലാക്കി അവതരിപ്പിക്കാൻ പദ്ധതിയിട്ടു. 'ഉഷാനിരുദ്ധം' എന്നായിരുന്നു നാടകത്തിന്റെ പേര്. ഇതി ഹാസവുമായി ബന്ധപ്പെട്ട പേരാണെങ്കിലും വിഷയം ജന്മിത്തിനെ തിരായിരുന്നു. നാടകം കാണാൻ ജന്മിയും പരിവാരങ്ങളും എത്തി. വന്ദന ഗാനം മുഴുമിപ്പിക്കുമുമ്പേ ഗുണ്ടകൾ സ്റ്റേജിലേക്ക് ചാടിക്കയറി.

ജന്മിമാരുടെ പദ്ധതി മനസിലാക്കിയ കർഷകസംഘം പ്രവർത്തകർ സംഘർഷമുണ്ടായാൽ സ്ത്രീകളെയും കുട്ടികളെയും സ്ഥലത്തുനിന്നു മാറ്റാൻ നിർദേശം നൽകിയിരുന്നു. സ്റ്റേജിൽ പടക്കം പൊട്ടിക്കുകയും അതിലും ഉശിരൻ തല്ല് ഗുണ്ടകൾക്ക് കൊടുക്കുകയുമുണ്ടായി. ജന്മിയും ഗുണ്ടകളും ജീവനുംകൊണ്ടോടി.

സംഘടിത മുന്നേറ്റങ്ങൾമാത്രമേ രക്ഷിക്കൂ എന്ന ബോധം സാധാ രണക്കാരിൽ ഉറച്ചു. അവർ കാവു മ്പായിയിലെ കുയിലൂരിൽ ഒത്തുകൂടി തീരുമാനങ്ങളെടുത്തു.

കളക്ടർക്കും സബ് കളക്ടർക്കും നിവേദനം നൽകണം. അടുത്തയാഴ്ച രണ്ടു ജാഥകൾ പുറപ്പെട്ടു. ഒന്നു തലശ്ശേ രിയിലേക്ക്. മറ്റേത് കോഴിക്കോട്ടേക്ക്. നിവേദനങ്ങൾക്ക് ഫലമുണ്ടായില്ല.

1945 നവംബർ 16

കോഴിക്കോട് റൌൺഹാളിൽ യോഗം. പി കൃഷ്ണപിള്ള, എ കെ ജി, ഇ എം എസ് എന്നിവർ പങ്കെടുത്തു. കാർഷിക പ്രശ്നങ്ങൾ ചർച്ച ചെയ്തു. മദിരാശി

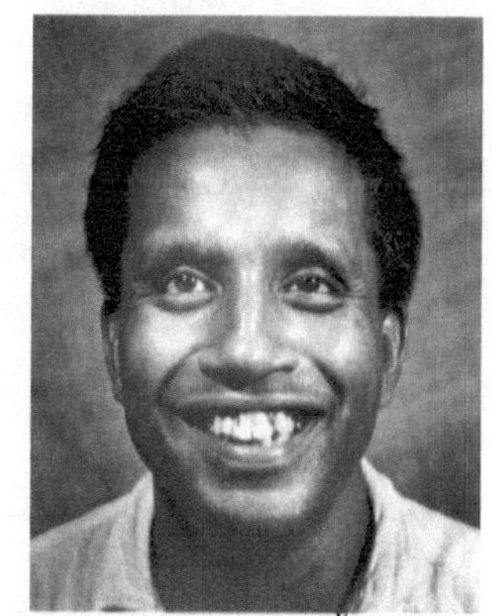

ഇ എം എസ്

കെ എ കേരളീയൻ          സർദാർ ചന്ദ്രോത്ത്          വിഷ്ണു ഭാരതീയൻ

യിലേക്ക് നിവേദക സംഘത്തെ അയക്കാൻ തീരുമാനിച്ചു. കേരളീയ
ന്റെയും സർദാർ ചന്ദ്രോത്തിന്റെയും നേതൃത്വത്തിൽ നിവേദക സംഘം
മദിരാശിയിലേക്കുപോയി.

ഈ അവസരത്തിൽ കമ്യൂണിസ്റ്റ് കലാപങ്ങളെപ്പറ്റി ജന്മിമാർ അധി
കാരികളെ എരിവുകേറ്റി. സർക്കാർ വഴങ്ങി. പ്യൂണേറ്റീവ് പൊലീസ്
സ്റ്റേഷനുകൾ തുറന്നു. നിറതോക്കുമായി എം എസ് പി എത്തി. വീടുപരി
ശോധന, മർദനം, യോഗം കലക്കൽ, അറസ്റ്റ്, കുയിലൂരിൽ പരിശീല
നത്തിൽ ഏർപ്പെട്ടിരുന്ന കർഷകസംഘം വളണ്ടിയർമാരെ എം എസ്
പിക്കാർ വളഞ്ഞുപിടിച്ചു മർദിച്ചു.

അടുത്തദിവസം ആയിരത്തോളം സ്ത്രീപുരുഷന്മാർ ഇരിക്കൂർ
പൊലീസ് സ്റ്റേഷനിലേക്ക് മാർച്ച് ചെയ്തു. പൊലീസ് ലാത്തിച്ചാർജ്
നടത്തി. പൊലീസ് സ്റ്റേഷൻ കൈയേറിയെന്ന വാർത്ത പരത്തി. നിരോ
ധനാജ്ഞ 1946 ഡിസംബർ 13.

കർഷകസംഘം മുൻകൂർ തീരുമാനിച്ചതനുസരിച്ച് തരിശ്ഭൂമി
കയ്യേറി കൃഷിയിറക്കി.

കിസാൻസംഘം നേതാവ് തളിയൻ രാമൻ നമ്പ്യാരുടെ നേതൃ
ത്വത്തിൽ കർഷകർ ഡിസംബർ 22ന് കരക്കാട്ടിടം നായനാരുടെ നൂറു
കണക്കിന് ഏക്കർ ഭൂമി കയ്യേറി.

സംഘട്ടനം. എം എസ് പി യും കർഷകരും ഏറ്റുമുട്ടി. കള്ളക്കേസ്,
മർദനം, വീടുകയറി ആക്രമണം, സ്ത്രീകളുടെ ഉശിരൻ ചെറുത്തുനിൽപ്പ്.
നിരോധനാജ്ഞ ലംഘിച്ച് കർഷകസംഘത്തിന്റെ ആഹ്വാനപ്രകാരം
കർഷകർ ഡിസംബർ 29 ന് കാവുമ്പായി കുന്നിൽ സമ്മേളിച്ചു.

സമ്മേളനശേഷം ചില പ്രവർത്തകർ ആയുധങ്ങളുമായി കുന്നിൻ
മുകളിലിരുന്നു.

30-ാം തീയതി പുലർച്ചെ പൊലീസ് കുന്നിൻമുകൾ വളഞ്ഞു.
വാരിക്കുന്തവും അരിവാളും നാടൻ ആയുധങ്ങളുംകൊണ്ട് പൊലീസ്
വെടിഥയ്പിനെ സഖാക്കൾ ചെറുത്തു. പുലവകുമാരൻ, മാഞ്ചേരി ഗോവി

ദൻ നമ്പ്യാർ, തെങ്ങിൽ അപ്പനമ്പ്യാർ, ആലോറമ്പൻ കൃഷ്ണൻ എന്നി വർ സ്ഥലത്തുവച്ചുതന്നെ രക്തസാക്ഷികളായി. കേസിൽ ഉൾപ്പെട്ട 49 പേരെ ഒരുകൊല്ലത്തെ കഠിന തടവിന് ശിക്ഷിച്ചു.

പൊലീസ് മർദനവും ചെറുത്തുനിൽപ്പും കോടതി വിചാരണയും സഖാക്കളുടെ ചങ്കുറപ്പും നാട്ടിൽ കമ്യൂണിസ്റ്റ് പ്രസ്ഥാനത്തിന്റെ വളർച്ചയ്ക്ക് അടിത്തറ പാകി.

# 9

# ചോരപുരണ്ട പഴശ്ശിക്കാറ്റ്

പഴശ്ശി ഗ്രാമം

**പഴശ്ശി** എന്ന പേരു കേൾക്കുമ്പോൾ നാം കേരളവർമ്മ പഴശ്ശി രാജയെ ഓർക്കും. ഒരു വ്യക്തിയും സ്ഥലവും ഒന്നായി മാറുന്ന പ്രതി ഭാസം. 1797 മുതൽ 1805 വരെ ബ്രിട്ടീഷ് കൊളോണിയലിസത്തിനെതിരെ പൊരുതിനിന്ന അതേ പഴശ്ശിയുടെ നാട്ടിലെ പിന്മുറക്കാർ സൃഷ്ടിച്ച പഴശ്ശി സമരത്തെക്കുറിച്ച് മനസിലാക്കാനാണ് ഞങ്ങൾ എത്തിയത്. വി അന ന്തൻ മാസ്റ്റർ സ്മാരകത്തിലേക്കു പോകുന്ന വഴി സമൃദ്ധമായ നെൽവയ

ലുകളാണ്.

പഴശ്ശി രക്തസാക്ഷികളെപ്പറ്റി പലരോടും തിരക്കി. പലർക്കും പലതും അറിയാം. ആർക്കും എല്ലാം അറിയാത്ത സ്ഥിതി. എന്നാൽ എല്ലാരും പറഞ്ഞത്,

"ഭാസ്കരൻ മാസ്റ്റർക്ക് അറിയാം. ഓറോട് ചോയിക്ക്" എന്നാണ്.

ഭാസ്കരൻ മാസ്റ്റർ പഴശ്ശി സമരങ്ങളെപ്പറ്റി ഒരു ലഘു ഗ്രന്ഥം തയാറാക്കിയ ആളാണ്. സി പി ഐ എം കേന്ദ്രകമ്മിറ്റി അംഗം ശൈലജ ടീച്ചറുടെ ഭർത്താവും മട്ടന്നൂർ നഗരസഭ വൈസ്ചെയർമാനും.

ഭാസ്കരൻ മാസ്റ്ററോട് സംസാരിച്ചിരിക്കുമ്പോൾ മധ്യ മലബാറിന്റെ വിജ്ഞാനകോശത്തിലൂടെയാണ് നാം കടന്നുപോകുന്നത്. വിഷയങ്ങളെ ക്കുറിച്ചുള്ള സൂക്ഷ്മധാരണ.

പഴശ്ശിരാജാവിന്റെ കാലത്തിനുശേഷം പഴശ്ശി ശാന്തമായി. പക്ഷെ ആ ശാന്തത ഏറെ നീണ്ടുനിന്നില്ല.

1793 ൽ മലബാർ സെറ്റിൽമെന്റ് ആക്ട്പ്രകാരം കമ്പനി നിയമം നടപ്പിൽ വന്നിരുന്നു. അതുവരെ ഭൂമിയുടെ പേരിൽ ആർക്കും സ്വകാര്യ സ്വത്തവകാശമുണ്ടായിരുന്നില്ല. ഭൂമിയെ പൊതുസ്വത്തായി കണക്കാക്കി യിരുന്നു. വിളവിനെ വിവിധ സാമൂഹ്യവിഭാഗങ്ങൾക്കായി പങ്കു വച്ചിരുന്നു. ഈ വ്യവസ്ഥയുടെ മേൽനോട്ടം കാണക്കാരനായ നായർ തറവാട്ടുകാർക്കായിരുന്നു. അക്കാലത്ത് ഭൂസംബന്ധമായ കൈവശാവ കാശങ്ങൾ കാണം, കൃഷിക്കാണം, ഒറ്റി, കൊഴു, വെറുംപാട്ടം എന്നിങ്ങനെ വിളിക്കപ്പെട്ടിരുന്നു.

## ജന്മിത്തം പിറവിയെടുക്കുന്നു

മലബാർ സെറ്റിൽമെന്റ് നിയമം വന്നതോടെ ബ്രിട്ടീഷ് ഭരണത്തിൽ ഭാരതത്തിന്റെ വിവിധ ഭാഗങ്ങളിൽ നിലവിലിരുന്ന റയത്ത്‌വാരി സംവിധാനം ഏർപ്പെടുത്തി. ഇതോടെ ഭൂമിയിൽ സ്വകാര്യ ഉടമസ്ഥതാ അവകാശം സ്ഥാപിക്കപ്പെട്ടു. ടിപ്പുവിന്റെ പടയോട്ട കാലങ്ങളിൽ മലബാർ പ്രദേശത്തെ പല രാജാക്കന്മാരും കാണക്കാരായ പ്രമാണികുടുംബങ്ങളും കാടുകയറിയിരുന്നു. 1792 ലെ ശ്രീരംഗപട്ടണം സന്ധി ഒപ്പുവയ്ക്കപ്പെട്ട തോടെ അക്കൂട്ടർ നാട്ടിൽ തിരിച്ചെത്തി. ഇവർക്ക് ഭൂമിയിൽ സ്വകാര്യ ഉടമസ്ഥതയും ക്രയവിക്രയാവകാശങ്ങളും നൽകുന്ന റയത്ത്‌വാരി പട്ടയങ്ങൾ നൽകപ്പെട്ടതോടെ ഇവർ ഭൂമിയുടെ ജന്മിമാരായി. ഈ ജന്മിമാർ നൽകുന്ന കാണം (സ്ഥിരമായി ലഭിക്കുന്ന കൈവശാവകാശം) കുഴിക്കാണം (വനഭൂമിയോ തരിശുഭൂമിയോ കൃഷിയോഗ്യമാക്കി കൃഷിചെയ്യുന്നതിന് വിട്ടുകൊടുക്കുന്ന കൈവശാവകാശം) ഒറ്റി, കൊഴു (12 വർഷം വരെയുള്ള വിവിധ കാലയളവിലേക്ക് ജന്മിയോ കാണക്കാ രനോ വ്യവസ്ഥകളുടെ ലംഘനം ഉണ്ടായാൽ ഒഴിപ്പിക്കാനോ വില കൈവശപ്പെടുത്താനോ ഉള്ള വ്യവസ്ഥയോടെ നൽകുന്ന കൈവശാ വകാശം) വെറുംപാട്ടം (വർഷംതോറും പാട്ടം പുതുക്കി നിശ്ചയിച്ച് അനുഭ

രാധാകൃഷ്ണൻ ചെറുവല്ലി, ടി എ രാജശേഖരൻ, രാജശശി കെ

ബാലകൃഷ്ണൻ മാസ്റ്റർ സ്മാരകം

വിക്കാവുന്ന കൈവശാവകാശം) എന്നീ പേരുള്ള കൈവശാവകാശങ്ങൾ ജന്മിയുടെ സമ്പൂർണ നിയന്ത്രണത്തിലുള്ളതും ചാർത്ത്, മേൽച്ചാർത്ത് പൊളിച്ചെഴുത്ത് എന്നീ പേരിലുള്ള നടപടികൾ സ്വീകരിച്ച് എപ്പോൾ വേണമെങ്കിലും ഒഴിപ്പിക്കാവുന്നതുമായി മാറി. മേൽപ്രകാരം ഭൂമി കൈവശം വെയ്ക്കുന്ന കൃഷിക്കാരെ കുടിയാന്മാർ എന്നു വിളിച്ചു.

കുടിയാന്മാർ ജന്മിക്ക് വ്യവസ്ഥപ്രകാരമുള്ള പാട്ടം നൽകിയാൽ മാത്രം കൃഷിയിറക്കാനാവില്ല. ജന്മിമാർ നിശ്ചയിക്കുന്ന മേൽപാട്ടവും മറ്റ് അക്രമപ്പിരിവുകളും നൽകേണ്ടിയിരുന്നു. അതു നൽകിയില്ലെങ്കിൽ വിള വെടുക്കാൻ അനുവദിക്കാതെ മറ്റൊരാൾക്ക് മേൽചാർത്തിന് നൽക പ്പെട്ടിരുന്നു. ഒഴിപ്പിക്കൽ ഭയന്ന് ജന്മിക്ക് വാശി, നുരി, വെച്ചുകാണൽ, ശീലക്കാശ്, കത്ത്യാൾ പണം, കള്ളപ്പറ, മുക്കാൽ, കാഴ്ച, പൊലി തുട ങ്ങിയ അക്രമപ്പിരിവുകൾ നൽകാൻ കർഷകർ നിർബന്ധിതരാക്കപ്പെട്ടു.

ഈ ജന്മിത്ത അക്രമങ്ങൾക്ക് ഭരണകർത്താക്കളായ ബ്രിട്ടീഷ് അധികാരികൾ കൂടപിടിച്ചു. ജന്മിമാരെ പ്രീണിപ്പിച്ച് കൂടെ നിർത്തുക തങ്ങളുടെ മേൽക്കോയ്മ നിലനിർത്താൻ അനിവാര്യമാണെന്നവർ കണ്ടു. കോടതിവിധികളും ഔദ്യോഗിക തീർപ്പുകളും എന്നും ജന്മിമാർക്കനു കൂലമായി. മാപ്പിള ലഹളക്കാലത്ത് അവരെ അടിച്ചമർത്താൻ രൂപീകരിച്ച മലബാർ സ്പെഷ്യൽ പൊലീസ് അടിച്ചമർത്തൽ യന്ത്രമായി തുടർന്നു. ജന്മിമാരുടെ ഗുണ്ടകൾ, എം എസ് പി സർക്കാർ, കോടതി എല്ലാം കർഷ കരെ അടിച്ചമർത്തുന്ന ഉപകരണങ്ങളായി. ഇതിനെല്ലാം പുറമെ അയിത്തം തുടങ്ങിയ സാമൂഹ്യ അനാചാരങ്ങൾ അന്ധവിശ്വാസങ്ങൾ

ഇവ ചേർന്നു കെട്ടുപിണഞ്ഞ ദുഷിച്ച സാമൂഹ്യാവസ്ഥയിലായിരുന്നു അന്നത്തെ സാധാരണക്കാരുടെ ജീവിതം. ഈ ദുസ്സഹമായ അവസ്ഥയിലായിരുന്നു 1930 കളോടെ കർഷകസംഘങ്ങൾ പിറന്നത്.

## സംഘടിത ചെറുത്തുനിൽപ്പിന്റെ തുടക്കം

പഴയ കോട്ടയം താലൂക്കിന്റെ (തലശ്ശേരി താലൂക്ക്) മലയോര പ്രദേശങ്ങളിൽ സജീവ രാഷ്ട്രീയ പ്രവർത്തനം ആരംഭിക്കുന്നത് കോൺഗ്രസ് സോഷ്യലിസ്റ്റ് പാർട്ടിയുടെ ആശീർവാദത്തോടെയാണ്. കർഷകരെയും കർഷക തൊഴിലാളികളെയും അവരുടെ വർഗ സംഘടനകളിൽ സംഘടിപ്പിച്ച് ഇന്ത്യൻ നാഷണൽ കോൺഗ്രസിനെ ഒരു ബഹുജനപ്രസ്ഥാനമാക്കി ഇവർ വളർത്തി.

സാമ്രാജ്യത്വ വാഴ്ച ഫലത്തിൽ ജന്മിവാഴ്ചകളായിരുന്നു. വിദേശ വാഴ്ചയ്ക്കൊപ്പം ജന്മിത്വ വാഴ്ചയും തകരണമെന്ന തിരിച്ചറിവ് കോൺഗ്രസ് സോഷ്യലിസ്റ്റ് പാർട്ടിയുടെയും തുടർന്നുവന്ന കമ്യൂണിസ്റ്റ് പാർട്ടിയുടെയും പ്രവർത്തനം വഴി ജനങ്ങൾക്കുണ്ടായി.

## പഴശ്ശി കർഷകസംഘം

1930 കളുടെ ആരംഭത്തിൽ തന്നെ പഴശ്ശി മട്ടന്നൂർ മേഖലകളിൽ കോൺഗ്രസ് പ്രസ്ഥാനം പ്രവർത്തനം തുടങ്ങിയിരുന്നു. വായനശാലകൾ കേന്ദ്രീകരിച്ചായിരുന്നു അത്. മദ്യവർജനവും കള്ളുഷാപ്പ് പിക്കറ്റിംഗും സജീവമായി. എ കെ ജി ഈ പ്രദേശങ്ങളിൽ സമരവുമായി ബന്ധപ്പെട്ട് എത്തിയിരുന്നു.

1937 ൽ കെ എ കേരളീയൻ നയിച്ച കർഷക ജാഥയുടെ പര്യടനമാണ് പഴശ്ശി, തില്ലങ്കേരി തുടങ്ങിയ പ്രദേശങ്ങളിൽ കർഷകസംഘരൂപീകരണത്തിനും തുടർന്നുള്ള രാഷ്ട്രീയ ഉണർവിനും വഴി തുറന്നത്. ഗ്രാമീണപ്രദേശങ്ങളിൽ കർഷകസംഘങ്ങൾ രൂപീകരിക്കപ്പെട്ടു. കോൺഗ്രസ് സോഷ്യലിസ്റ്റ് പാർട്ടി നേതാക്കളായിരുന്ന പഴശ്ശിയിലെ കുഞ്ഞിക്കണ്ണൻ മാനേജർ, തോട്ടത്തികുഞ്ഞിരാമൻ, വി അനന്തൻ, കെ ബാലകൃഷ്ണൻ നമ്പ്യാർ എന്നിവരായിരുന്നു കർഷകസംഘം നേതാക്കൾ. 1940 നു ശേഷം എൻ ഇ ബാലറാം, പി കെ മാധവൻ എന്നിവർ രംഗത്തെത്തി.

പഴശ്ശിയെ പിടിച്ചുകുലുക്കിയ ആദ്യ രാഷ്ട്രീയ സമരം അയ്യലൂരിലായിരുന്നു. ചാത്തുക്കുട്ടി നമ്പ്യാർ എന്ന സർവ ദുർഗുണങ്ങളുടെയും ആൾ രൂപമായ ജന്മി അവർണ ജാതിക്കാരനായ കോരൻ കുരിക്കളുടെ ലോവർ പ്രൈമറി സ്കൂൾ കൈക്കലാക്കാൻ ശ്രമിച്ചതിനെതിരെ ആ സ്കൂളിലെ അധ്യാപകനും ചാത്തുക്കുട്ടി നമ്പ്യാരുടെ കുടുംബാംഗവുമായ കെ ടി മാധവൻ ഉൾപ്പെടെയുള്ള കർഷകസംഘം പ്രവർത്തകർ ആരംഭിച്ച സമരമായിരുന്നു അത്. അക്കാലത്ത് മുടക്കോഴി സ്കൂളിൽ അധ്യാപകനായി എത്തിയ കുഞ്ഞാപ്പു മാസ്റ്റർ സമരത്തിന് നേതൃത്വം നൽകി

ജനങ്ങളെ ആവേശഭരിതരാക്കി (1948 ലെ മുനയൻകുന്ന് വെടിവയ്പിൽ കുഞ്ഞാപ്പു മാസ്റ്റർ രക്തസാക്ഷിയായി). വിവിധ ഭാഗങ്ങളിൽ നിന്ന് ജാഥയായി എത്തിയ മൂവായിരത്തോളം പേർ പ്രതിഷേധ സമരത്തിൽ പങ്കെടുത്തു. ജന്മിക്ക് സ്കൂൾ ഏറ്റെടുപ്പ് ഉപേക്ഷിക്കേണ്ടി വന്നു. സ്വന്തം ഇംഗിതത്തിന് വഴങ്ങാത്തവരുടെ സ്കൂളുകൾ ഏറ്റെടുക്കുന്നത് അക്കാലത്ത് ജന്മിമാർ അനുവർത്തിച്ച രീതിയായിരുന്നു. വിദ്യാലയ പ്രശ്നത്തിൽ തോറ്റ ജന്മി പ്രതികാരമായി കർഷകരുടെ പുനംകൃഷി (കാട് തെളിച്ചു കൃഷി) തടഞ്ഞതും അതിനെതിരെ കർഷകർ കർഷകസംഘത്തിന്റെ നേതൃത്വത്തിൽ ഏറ്റുമുട്ടൽ നടത്തിയതും പ്രധാനപ്പെട്ട ഒരു സംഭവമാണ്. ഏറ്റുമുട്ടലിനെ തുടർന്ന് ജന്മി ഗുരുതരമായ പരിക്കേറ്റ് ശയ്യാവലംബിയായി.

## മട്ടന്നൂർ സംഭവം

1940 സെപ്തംബർ 15 ന് മട്ടന്നൂരിൽ നടന്ന സാമ്രാജ്യത്വ വിരുദ്ധ ദിനത്തിലെ പ്രകടനത്തിലും പഴശ്ശിയിലെ കർഷകസംഘം പ്രവർത്തകർ പങ്കെടുത്തു. ഏകപക്ഷീയമായി ബ്രിട്ടീഷ് ഗവൺമെന്റ് ഇന്ത്യയെ രണ്ടാം ലോക മഹായുദ്ധത്തിൽ പങ്കാളിയാക്കിയതിനും രാജ്യരക്ഷാ നിയമം ഉപയോഗിച്ച് കോൺഗ്രസ് പ്രവർത്തകരെ ജയിലിലടച്ചതിനും എതിരെ യായിരുന്നു ദിനാചരണം. ദിനാചരണത്തിന്റെ ഭാഗമായി വ്യാപകമായി ചുവരെഴുത്തുകൾ വന്നു. പരിഭ്രാന്തരായ പൊലീസ് അധികാരികൾ പ്രകടനം നിരോധിച്ചു. നിരോധനാജ്ഞ ലംഘിച്ച് ആയിരക്കണക്കിന് കർഷകർ മട്ടന്നൂരിൽ ഒത്തുകൂടി. യോഗം ബലം പ്രയോഗിച്ച് പിരച്ചു വിടാൻ നടത്തിയ ശ്രമം സംഘട്ടനത്തിൽ കലാശിച്ചു. പോലീസുമായി ജനങ്ങൾ നേർക്കുനേർ പൊരുതി. രാമൻനായർ എന്ന പൊലീസുകാരൻ കൊല്ലപ്പെട്ടു. മറ്റ് പൊലീസുകാർ ഓടി രക്ഷപ്പെട്ടു. ഇതിന്മേലുണ്ടായ കേസിൽ പഴശ്ശിക്കാരായ പതിനെട്ടുപേർ പ്രതികളായി. ഈ സംഭവ ത്തിൽപ്പെട്ട് ജയിലിൽ കഴിയവെ സ. പി ടി നാരായണൻ നമ്പ്യാർ രക്ത സാക്ഷിയായി. ജീവപര്യന്തം ശിക്ഷ ലഭിച്ച എട്ടുപേരിൽ ആറുപേർ പഴശ്ശി ക്കാരായിരുന്നു.

## പഴശ്ശിയിലെ കർഷകസമര പശ്ചാത്തലം

1946ൽ മദിരാശി സംസ്ഥാനത്ത് ടി പ്രകാശം മുഖ്യമന്ത്രിയായി കോൺഗ്രസ് സർക്കാർ അധികാരത്തിൽ വന്നു. ജന്മികളെ തൊടാനോ ജനകീയ ആവശ്യങ്ങൾ അംഗീകരിക്കാനോ ആ സർക്കാർ തയാറായില്ല. യുദ്ധം കാരണം പട്ടിണി രൂക്ഷമായി. "ഉരിയരിപോലും കിട്ടാനില്ല, പൊന്നു കൊടുത്താലും" എന്ന സമരഗാനം അക്ഷരാർഥത്തിൽ ശരിയായിരുന്നു. ഭക്ഷ്യവസ്തുക്കളുടെ പൂഴ്ത്തിവയ്പ്പും കരിഞ്ചന്തകളും വ്യാപകമായി. സർക്കാർ റേഷനിങ് ഏർപ്പെടുത്തി. നെല്ലുമുഴുവൻ ജന്മിമാരുടെ പത്തായ ത്തിൽ.

വിളവെടുപ്പ് കാലത്ത് അംശം മേനവൻ (വില്ലേജ് അസിസ്റ്റന്റ്) പാടം

സന്ദർശിച്ച്‌ വിളവിന്റെ മേനി കണക്കാക്കി ജന്മിക്കുകിട്ടേണ്ട വാരവും അടുത്ത വിളവു വരെയുള്ള കാലത്തേക്ക്‌ മൂന്ന്‌ ഔൺസ്‌ പ്രകാരം കൃഷിക്കാരന്റെ കുടുംബത്തിന്‌ അനുവദനീയമായ ധാന്യങ്ങളും കഴിച്ച്‌ മിച്ചം വരുന്ന നെല്ല്‌ പി സി സി. സൊസൈറ്റിയുടെ (Producers and Consumers Co-operative Society) ഡിപ്പോകളിൽ ന്യായവിലയ്ക്ക്‌ വിൽക്ക ണമെന്നായിരുന്നു നിയമം. ഈ പ്രക്രിയ കൊടിയ അഴിമതികൾക്ക്‌ വഴിവച്ചു. കൃഷി ക്കാർക്ക്‌ ദ്രോഹകരവും ജന്മിമാർക്ക്‌ അനുകൂല വുമായി ഈ പ്രക്രിയ. നെല്ലെടുപ്പ്‌ വ്യവ

*വി അനന്തൻ*

സ്ഥയിൽ നിന്നൊഴിവായി ജന്മിമാർ നെല്ല്‌ പൂഴ്ത്തി വയ്ക്കുകയോ കരിഞ്ചന്തയിൽ വിൽക്കുകയോ ചെയ്തു. സർക്കാർ സംവിധാനം ജന്മിമാരുടെ പക്ഷത്തായിരുന്നു. കർഷകരെ സംരക്ഷിക്കാൻ കർഷക സംഘം രംഗത്തിറങ്ങി.

## പഴശ്ശിസംഭവം

1948 ഏപ്രിൽ 11-ാം തീയതി മുഴക്കുന്ന്‌ എന്ന പ്രദേശത്തുനിന്നും കോട്ടയം കോവിലകത്തേക്ക്‌ കാളവണ്ടികളിൽ കയറ്റിക്കൊണ്ടുപോവുക യായിരുന്ന നെല്ല്‌ സഖാക്കൾ വി അനന്തൻ, നീലാഞ്ചേരി നാരായണൻ നായർ എന്നിവരുടെ നേതൃത്വത്തിൽ കർഷക സംഘപ്രവർത്തകർ ശിവ പുരത്തുവച്ചു തടഞ്ഞു.

കർഷകസംഘം നേതാക്കളായ വി അനന്തൻ, കെ കെ ബാലകൃ ഷ്ണൻ നമ്പ്യാർ എന്നിവർ അയ്യല്ലൂർ എലിമെന്ററി സ്കൂളിലെ അധ്യാപ

*കെ കെ ബാലകൃഷ്ണൻ മാസ്റ്റർ*

കരായിരുന്നു. 1940 സെപ്തംബർ 15 ന്റെ മട്ടന്നൂർ സമരത്തിൽ പങ്കെടുത്ത്‌ ജയിൽ ശിക്ഷ വിധിക്കപ്പെട്ടതിനുശേഷം 1946ലാ ണ്‌ ശിക്ഷയിൽ നിന്നൊഴിവായി പുറത്തു വന്നത്‌. സ. ബാലകൃഷ്ണൻ നമ്പ്യാർ ഭക്ഷ്യ ക്ഷാമത്തിന്‌ ആശ്വാസം കണ്ടെ ത്തുവാനായി രൂപീകരിച്ച മട്ടന്നൂർ പി സി സി സൊസൈറ്റിയുടെ സ്ഥാപകനും ഭാരവാഹിയുമായിരുന്നു.

ശിവപുരത്തുനിന്നും പിടിച്ചെടുത്ത നെല്ല്‌ ന്യായവിലയ്ക്ക്‌ നാട്ടുകാർക്ക്‌ വിതരണം ചെയ്തു. ശിവപുരം നെല്ലു പിടിക്കേസ്‌ എന്ന പേരിൽ പൊലീസ്‌ കേസ്‌ രജിസ്റ്റർ ചെയ്തു. വി അനന്തൻ,

നീലഞ്ചേരി, കെ ടി മാധവൻ, തട്ടാൻ തമ്പി എന്നിവർ ഉൾപ്പെടെ 48പേരെ പ്രതിയാക്കി. എംഎസ് പിക്കാർ സ്ഥലത്തെത്തി ക്യാമ്പു ചെയ്തു. നാട്ടിലാകെ കൊടിമർദനം, ഭവനഭേദം, കൊള്ളിവയ്പ്, മാനഭംഗം അരങ്ങേറി. പൊലീസിനെ സഹായിക്കാൻ കോൺഗ്രസിന്റെ നേതൃ ത്വത്തിൽ, 'ദേശരക്ഷാ സംഘം' എന്ന അക്രമിസംഘം രംഗത്തിറങ്ങി. പൊ പാലീസും ഗുണ്ടകളും നടത്തുന്ന 'അന്വേഷണം' ഒരു ഗ്രാമത്തെയാകെ കൊടുംഭീതിയിലാഴ്ത്തി. ഇതിനെതിരെ മഹിളാ സംഘത്തിന്റെ നേതൃത്വത്തിൽ സ്ത്രീകൾ തൊക്കിലങ്ങാടിവരെ പ്രതിഷേധ പ്രകടനം നടത്തി. തൊട്ടടുത്ത ദിവസം കെകെ കുഞ്ഞനന്തൻ മാസ്റ്ററെയും ദാമു വിനെയും കോൺഗ്രസ് ഗുണ്ടകൾ പിടികൂടി പഴശ്ശിയിൽ കൊണ്ടുവന്നു. ജനങ്ങൾ ഗുണ്ടകളെ തിരിച്ചോടിച്ചു.

എം എസ് പിക്കാർ പഴശ്ശിയിലേക്ക് പാഞ്ഞെത്തി. നാട്ടുകാർ വട്ടപ്പ റമ്പുകുന്നിൽ കേന്ദ്രീകരിച്ചു. കൂട്ടത്തിൽ ഒറ്റപ്പെട്ടുപോയ കാരത്താൽ കോരൻ എന്ന യുവാവിനെ പൊലീസുകാർ വെടിവച്ചുകൊന്നു. വട്ടപ്പറമ്പ് കാട്ടിൽ ഒളിച്ചിരിക്കുകയായിരുന്ന കോരൻ വിശപ്പ് സഹിക്കാനാകാതെ വീട്ടിലേക്ക് ഇറങ്ങിയതായിരുന്നു. വീട്ടിലെത്തിയ കോരൻ ഭാര്യയോട് ചോറെടുക്കാൻ പറഞ്ഞു. എം എസി പി ക്കാരുടെ വരവ് മനസിലാക്കി അയാൾ ഒരുനുള്ള് ചോറ് വായിലിട്ടശേഷം വട്ടപ്പറമ്പിലേക്ക് ഓടുന്ന വഴി ക്കാണ് വെടിയേറ്റുവീണത്. 1948 മെയ് 8 നായിരുന്നു ആ സംഭവം.

സഖാക്കൾ ഒളിവിൽ. പൊലീസ് പേപിടിച്ച് ഓടിനടന്നു. കൈയിൽ കിട്ടിയവരെ പിടികൂടി. കാരായി പൈതൽ എന്ന ദരിദ്ര കർഷകന്റെ വീട്ടിൽ നിന്നും ഭാര്യയെ പൊലീസ് പിടിച്ചുകൊണ്ടുപോയി. ഒളിവിലുള്ള സഖാ ക്കളെപ്പറ്റിയുള്ള വിവരം പൈതലിനും ഭാര്യക്കും അറിയാമായിരുന്നു. മർദ നത്തെ തുടർന്ന് ഭാര്യ എല്ലാം പറഞ്ഞേക്കുമോ എന്ന ഭയത്താൽ പൈതൽ സ്കൂൾ മുറ്റത്തെ പുളിമരത്തിൽ ആത്മഹത്യ ചെയ്തു.

അയ്യല്ലൂർ സ്കൂളിലെ അധ്യാപകൻ സമരനായകരായ വിവരമറിഞ്ഞ് സർക്കാർ ഇടപെട്ട് സ്കൂൾ പൂട്ടിച്ചു. കുടുംബാംഗങ്ങളെ കാണാൻ വീട്ടിലെത്തിയ കെ ബാലകൃഷ്ണൻ നമ്പ്യാരെ പിടികൂടി പൊലീസ് ക്യാമ്പിലെത്തിച്ചു. ക്രൂരമർദനത്തെതുടർന്ന് സഖാവ് രക്തസാക്ഷിയായി. മൃതദേഹം പൊലീസ് വിട്ടുകൊടുത്തില്ല. ഉറ്റസഖാവിന്റെ മരണമറിഞ്ഞ് പഴശ്ശിയിലേക്കു പോയ സഖാവ് അനന്തനെ നെൽവയലിൽനിന്നും പിടികൂടി. അടുത്തുള്ള ഈന്ത് മരത്തിൽ കോൺഗ്രസ് ഗുണ്ടകളുടെ സഹായത്തോടെ ബന്ധിച്ചു. വെടിവയ്ക്കാനുള്ള ആജ്ഞ പൊലീസുകാർ നിരസിച്ചു. ഒടുവിൽ പൊലീസ് മേധാവി തന്നെ നിറയൊഴിച്ചു. അനന്തന്റെ ഒരു മകനും നെയ്ത്തുതൊഴിലാളിയായിരുന്ന ദാമുവിനെ പിടികൂടി ക്രൂരമായി മർദിച്ചു. വീട്ടിലെത്തി ഏതാനും ദിവസങ്ങൾക്കുള്ളിൽ ദാമു മരണപ്പെട്ടു. 110 പേരെ പൊലീസ് പിടികൂടി, കണ്ണൂർ സെൻട്രൽ ജയി ലിലടച്ചു. ഇവരിൽ 9 പേർ ജയിൽചാടി. ജയിൽച്ചാട്ടത്തെത്തുടർന്ന് തട വുകാരെ സേലം ജയിലിലേക്കു മാറ്റി. ജയിൽ ചാടിയവരിൽ സ. നമ്പി

ഒഴികെയുള്ളവരെ പിടികൂടി. സ. നമ്പി വടകര നരിപ്പറ്റയിൽ വേറൊരു പേരിൽ പാർട്ടി പ്രവർത്തനം തുടങ്ങി. 1957-ലെ കമ്യൂണിസ്റ്റ് സർക്കാർ കേസ് പിൻവലിച്ചതിനെത്തുടർന്ന് ആ സഖാവ് നാട്ടിൽ തിരിച്ചെത്തി.

സേലം ജയിലിൽ മനുഷ്യത്വരഹിതമായ പെരുമാറ്റവും വിവേചനവും സമര സഖാക്കൾക്കു നേരെ ഉണ്ടായി. ജയിൽ വാർഡന്മാരുമായി നടന്ന സംഘട്ടനത്തിൽ ഏറെപ്പേർ കൊല്ലപ്പെട്ടു. കൊല്ലപ്പെട്ടവരിൽ പഴശ്ശി സമരസേനാനികളായ അണ്ടലോട്ടൻ കുഞ്ഞപ്പയും പില്യാട്ട്യാശൻ ഗോപാലൻ നമ്പ്യാരും പെടും. അങ്ങനെ 9 പേർ രക്തസാക്ഷികളായി.

ഭാസ്കരൻ മാസ്റ്ററോട് യാത്രപറഞ്ഞ് പുതിയ പഴശ്ശി പ്രദേശങ്ങൾ സന്ദർശിച്ചു; രക്തസാക്ഷി മണ്ഡപങ്ങളും. വയലേലകൾ അങ്ങിങ്ങു നികത്തിയിട്ടുണ്ട്. സ്മാരക മന്ദിരങ്ങളിൽ യുവാക്കൾ വിനോദങ്ങളിൽ ഏർപ്പെട്ടിരിക്കുന്നു. സ്വാതന്ത്ര്യത്തിന്റെ കാറ്റ് ഞങ്ങളെ തഴുകി കടന്നു പോയി. ചോരയുടെ ഗന്ധം കാറ്റിൽ കലർന്നിരുന്നുവോ?

# 10

## കുറിച്യ കലാപം–1812

**കേ**രളവർമ്മ പഴശ്ശിരാജ ബ്രിട്ടീഷുകാർക്കെതിരെ നടത്തിയ പോരാട്ടത്തിൽ കുറിച്യർ വഹിച്ച പങ്ക് നിസ്തുലമാണ്. 1805 ൽ കുറിച്യ കലാപം അടിച്ചമർത്തപ്പെട്ടു. വയനാട് ബ്രിട്ടീഷ് നിയന്ത്രണത്തിലായി. കലാപത്തിൽ പങ്കെടുത്തവരുടെ വസ്തുവകകൾ അവർ കണ്ടുകെട്ടി. ആദിവാസികളുടെ ജീവിതം ദുരിതപൂർണമായി. ബ്രിട്ടീഷുകാർ ഏർപ്പെ ടുത്തിയ നികുതി പരിഷ്കാരങ്ങൾ അവർക്ക് താങ്ങാനാകാത്തതായി. വിളകളുടെ ഉൽപ്പാദന ചെലവുകഴിച്ച് മൂന്നിലൊരു ഭാഗം മാത്രം കർഷകനും ബാക്കിയുടെ $\frac{6}{10}$ കമ്പനിക്കും ജന്മിക്കും ലഭിച്ചു. ഇതിൽ കമ്പനിക്കുള്ള വിഹിതം പ്രാദേശികമൂല്യമനുസരിച്ച് പണമായി നൽകണം. ഇത് കർഷകരുടെ സ്വാശ്രയത്വം നഷ്ടപ്പെടുത്തി, തങ്ങൾക്കെ തിരെ പഴശ്ശിരാജയ്ക്കൊപ്പം പോരാടിയവാണ് കുറിച്യർ എന്നതുകാരണം

അവരോട് എപ്പോഴും ബ്രിട്ടീഷുകാർ ക്രൂരമായി പെരുമാറി. നികുതി നൽകാത്തവരുടെ വസ്തുവകകൾ കണ്ടുകെട്ടി. 1812 ൽ വയനാട്ടിലെ കുറിച്യരും കുറുമ്മരും സായുധ പോരാട്ടത്തിന്റെ പാത സ്വീകരിച്ചു. 1812 മാർച്ച് 25ന് കുറിച്യരുടെ ഒരു ആലോചനായോഗം ബ്രിട്ടീഷുകാർ ബല പ്രയോഗത്തിലൂടെ പിരിച്ചുവിട്ടത് കലാപം പൊട്ടിപ്പുറപ്പെടാൻ ഇടയാക്കി. കമ്പനിക്കു കീഴിലുണ്ടായിരുന്ന കോൽക്കാരായ കുറിച്യർ ജോലി ഉപേക്ഷിച്ച് കലാപത്തിൽ ചേർന്നു. പൊലീസിലെ ഇതര സമുദായക്കാർ രഹസ്യമായി കുറിച്യരെ സഹായിച്ചു. അമ്പും വില്ലുമെടുത്തുള്ള പോരാട്ടം. കമ്പനിത്താവളങ്ങൾ കടന്നാക്രമിച്ചു. ചുരംകയറിവന്ന പട്ടാളത്തെ ആക്രമിച്ചു. ചുരത്തിന്റെ നിയന്ത്രണം അവർക്കായി. കമ്പനി പട്ടാളം വെടിവച്ചെങ്കിലും ഒടുവിൽ പിന്മാറേണ്ടിവന്നു. വയനാടിന്റെ പൂർണനിയന്ത്രണം കലാപകാരികളുടെ കൈയിൽ ആയി. ഒടുവിൽ മൈസൂരിൽനിന്നും ആധുനിക ആയുധങ്ങളുമായെത്തിയ കമ്പനിപ്പട 1812 മെയ് 8ന് കലാപം പൂർണമായി അടിച്ചമർത്തി. സമരനേതാക്കളായ രാമനസിയെ ശിരഛേദം ചെയ്തു. വെണ്കലോൻ കേളുവിനെ തൂക്കി ലിട്ടു. ആദിവാസിഗ്രാമങ്ങൾ കൊള്ളയടിച്ചു. "ഒരുമാസം കൂടി പിടിച്ചു നിന്നിരുന്നെങ്കിൽ രാജ്യം അവരുടെ നിയന്ത്രണത്തിൽ ആയേനെ" യെന്നാണ് ബ്രിട്ടീഷ് ഉദ്യോഗസ്ഥൻ റിപ്പോർട്ട് ചെയ്തത്.

# 11

## കേരളത്തിലെ ആദ്യത്തെ കർഷക സമരം-1907

**അ**യിത്തവും വർണവിവേചനവും മറ്റനാചാരങ്ങളും കൊടികുത്തിവാണ കാലം. അധഃകൃതരുടെ വിദ്യാഭ്യാസം അനിവാര്യമാണെന്ന് മനസിലാക്കിയ അയ്യങ്കാളി പുലയ സമുദായത്തിന് വിദ്യാഭ്യാസത്തിനുള്ള അവകാശത്തിനായി പോരാടി. നിലവിലുള്ള സാമൂഹ്യസാഹചര്യത്തിൽ പുലയർക്ക് സ്കൂൾ പ്രവേശനം ലഭിക്കില്ലെന്നു മനസിലാക്കിയ അയ്യങ്കാളി 1905 ൽ സ്വന്തം ഗ്രാമമായ വെങ്ങാന്നൂരിൽ സ്കൂൾ

അയ്യങ്കാളി

തുടങ്ങി. കുമാരനാശാന്റെ സഹായത്തോടെ ഒരു അധ്യാപകനെ തരപ്പെടുത്തി. സവർണരെത്തി സ്കൂൾ അടയ്ക്കാൻ ശ്രമിച്ചു. അയ്യങ്കാളിയും കൂട്ടരും അവരെ തുരത്തി. എന്നാൽ അന്നുരാത്രി അവർ സ്കൂളിന് തീയിട്ടു. പക്ഷെ, അയ്യങ്കാളിയുടെ നേതൃത്വത്തിൽ നേരം പുലരുന്നതിന് മുമ്പ് മറ്റൊരു സ്കൂൾ കെട്ടി. 1907 ൽ അയ്യങ്കാളി സാധുജന പരിപാലനസംഘം എന്ന സംഘടന രൂപീകരിച്ചു. വിദ്യാഭ്യാസ അവകാശത്തിനായി പോരാടി. 1907 ജൂൺ മാസത്തിൽ അധഃകൃത വിഭാഗത്തിൽപ്പെട്ട വർക്ക് സ്കൂൾ പ്രവേശനം അനുവദിച്ച് ഉത്തരവായി. പക്ഷെ സ്കൂൾ അധികാരികൾ അതിന് തയാറായില്ല. അയ്യങ്കാളി അതുവരെ പരീക്ഷിക്കാത്ത സമരമുറകൾ പുറത്തെടുത്തു. പുലയന്റെ രക്തം വിയർപ്പാക്കിയുണ്ടാക്കുന്ന ചോറിന് അയിത്തമില്ല! തങ്ങളുടെ കുട്ടികൾക്ക് സ്കൂളിൽ പ്രവേശിക്കുന്നതിന് അയിത്തം! ഇതംഗീകരിക്കാൻ അദ്ദേഹം തയാറായില്ല. "ഞങ്ങളുടെ കുഞ്ഞുങ്ങളെ പള്ളിക്കൂടത്തിൽ പ്രവേശിപ്പിച്ചില്ലെങ്കിൽ

ഞങ്ങൾ പാടത്തിറങ്ങി പണി ചെയ്യാനും ഇല്ല. തങ്ങളുടെ കുഞ്ഞുങ്ങളെ പഠിപ്പിച്ചില്ലെങ്കിൽ കാണായ പാടങ്ങളിലെല്ലാം മുട്ടിപ്പുല്ല് കുരുപ്പിക്കും." എന്ന് സാധുജനപരിപാലാനസംഘം പ്രതിജ്ഞയെടുത്തു. ആയിരക്കണ ക്കിനേക്കർ പാടങ്ങൾ കളമൂടി. ജന്മിമാർ കടുത്ത പ്രതിസന്ധിയിലായി. പണി നഷ്ടപ്പെട്ട തൊഴിലാളികൾ മത്സ്യത്തൊഴിലാളികളുടെ സഹായ ത്താൽ മത്സ്യബന്ധനത്തിനു പോയി. സർക്കാർ രംഗത്തെത്തി. കൂടിയാ ലോചനകൾ നടന്നു. 1907ൽ പുറപ്പെടുവിച്ച ഉത്തരവിൽ മാറ്റം വരുത്തി. 1910 മാർച്ച് 1 ന് സ്കൂൾ പ്രവേശന ഉത്തരവിറങ്ങി. ഈഴവർക്ക് പ്രവേശനം അനുവദിക്കപ്പെട്ട എല്ലാ സ്കൂളുകളിലും അധഃകൃത വിഭാഗത്തിൽപ്പെട്ട വർക്ക് പ്രവേശനം അനുവദിക്കപ്പെട്ടു.

# 12

## വിഷുസംക്രമ വേളയിൽ
## ചോരകൊണ്ടൊരു ബലിദാനം

*തില്ലങ്കേരി കവല*

**വ**ടക്കൻ കേരളത്തിലെ കർഷകസമരങ്ങൾക്ക് വീരചരിത പരിവേഷമാണുള്ളത്. വടക്കൻ പാട്ടുകളിലെ വീരേതിഹാസ കഥകളെ പ്പോലെ ഇവയും നാവിൽനിന്ന് നാവിലേക്കും തലമുറകളിൽ നിന്ന് തല മുറകളിലേക്കും കൈമാറ്റം ചെയ്യപ്പെട്ടുകൊണ്ടിരിക്കുന്നു. ഈ സമര ങ്ങളെയൊക്കെ അക്ഷരരൂപത്തിൽ ക്രോഡീകരിക്കാൻ ശ്രമങ്ങൾ നട ന്നിട്ടുണ്ടെങ്കിലും തദ്ദേശീയ ചരിത്രകാരന്മാർ വാമൊഴിയിലൂടെ സമര ചരിത്രത്തിന്റെ തനിമയും ഓജസും ചോരാതെ സംക്രമണം ചെയ്തു

കൊണ്ടിരിക്കുന്നു. തില്ലങ്കേരി ഗ്രാമത്തിൽ വച്ച്‌ പരിചയപ്പെട്ട വിലങ്ങേരി കൃഷ്‌ണൻ, ടി രാജു എന്നീ സഖാക്കൾ ചരിത്രകാരന്മാരുടെ അടുക്കും ചിട്ടയോടെയുമാണ്‌ തില്ലങ്കേരി സമരത്തിന്റെ ആവേശകരമായ ചരിത്രം ഞങ്ങളോട്‌ പറഞ്ഞത്‌.

'വണ്ടി നിർത്തൂ' കൃഷ്‌ണൻ സഖാവ്‌ പറഞ്ഞു. ഞങ്ങളിപ്പോൾ ഒരു മലയുടെ അടിവാരത്താണ്‌ എത്തിനിൽക്കുന്നത്‌. അതാണ്‌ 'പുരളിമല' വലത്തേ കൈചൂണ്ടി അദ്ദേഹം പറഞ്ഞു. അതേ പഴയ കോട്ടയം താലൂ ക്കിൽപ്പെട്ട ഇപ്പോഴത്തെ (തലശ്ശേരിതാലൂക്ക്‌) ചരിത്രപ്രസിദ്ധമായ പുര ളിമല. വീരകേസരിയായ പഴശ്ശിരാജാവ്‌ ബ്രിട്ടീഷ്‌ സൈന്യത്തോട്‌ ഒളിപ്പോർയുദ്ധം നടത്തിയത്‌ ഈ മലയിൽ വച്ചാണ്‌. പുരളിമലയുടെ അടിവാരത്ത്‌ സ്ഥിതിചെയ്യുന്ന ഒരു കാർഷിക ഗ്രാമമാണ്‌ തില്ലങ്കേരി. ജന്മിത്വത്തിനും നാടുവാഴിത്തത്തിനുമെതിരെ നാട്ടിലെമ്പാടും സമരം നടന്നതുപോലെ തില്ലങ്കേരിയും അതിതീക്ഷ്‌ണമായ ഒരു സമരത്തിന്‌ സാക്ഷ്യം വഹിച്ചു. മലബാറിലെ മറ്റ്‌ സ്ഥലങ്ങളെപ്പോലെ തില്ലങ്കേരിയും ജന്മിത്വ ചൂഷണത്തിന്റെ കേന്ദ്രമായിരുന്നു. 'കള്ളപ്പറ, നുരി, വാശി, വെച്ചുകാണൽ തുടങ്ങിയ കർഷകവിരുദ്ധ മാമൂലുകളൊക്കെ അവിടേയും നിലനിന്നിരുന്നു. കരിവെള്ളൂർ സ്വദേശിയായ സ. കുഞ്ഞാപ്പുമാസ്റ്ററും തൊട്ടടുത്ത പ്രദേശമായ പഴശ്ശിയിലെ സ. വി അനന്തൻമാസ്റ്ററും തില കേരിയിൽ കർഷകസംഘത്തിന്റെ പ്രവർത്തനം സജീവമാക്കാൻ ശ്രമ ങ്ങൾ നടത്തിയിരുന്നു. ജന്മിത്തത്തിന്റെ നിഷ്‌ഠുരതയ്‌ക്കെതിരെ പോരാ ടാൻ തില്ലങ്കേരിക്കാർക്ക്‌ ഇത്‌ പ്രചോദനമായി. സ. സി അനന്തൻ, സ. സി ഗോപാലൻ തുടങ്ങിയവർ തില്ലങ്കേരി സമരത്തിന്റെ നേതൃസ്ഥാന ത്തേക്ക്‌ വരുന്നത്‌ അങ്ങനെയാണ്‌. കോട്ടയം രാജവംശത്തിന്റേതാണ്‌ നാട്ടിലെ ഭൂമി മുഴുക്കെ. തില്ലങ്കേരി വില്ലേജിൽ 6217 ഏക്കർ സ്ഥലമാണു ള്ളത്‌. ഇത്‌ അഞ്ച്‌ ജന്മികുടുംബങ്ങളുടെ കൈവശമായിരുന്നു. ചെമ്പു ക്ഴീഴിടം, ശങ്കരൻകണ്ടി, പുല്ലാട്ട്‌, വട്ടക്കയം, ആലക്കാട്ടില്ലം തുടങ്ങിയവ രായിരുന്നു പ്രമുഖ ജന്മിമാർ.

അന്നൊക്കെ വില്ലേജ്‌ ഉദ്യോഗസ്ഥനായ കോൽക്കാരൻ നാട്ടിലെ മുടി

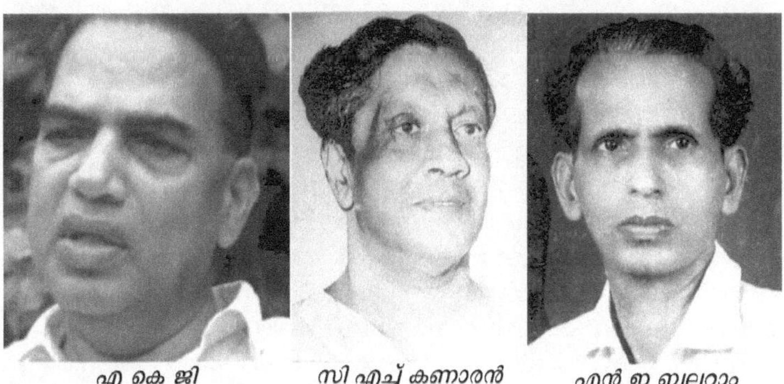

എ കെ ജി          സി എച്ച്‌ കണാരൻ          എൻ ഇ ബലറാം

ചൂടാമന്നനാണ്. അയാൾ വിചാരിച്ചാൽ കരംപിരിവ്, ഭൂമിയുടെ കൈമാറ്റം തുടങ്ങിയവയെ സ്വാധീനിക്കാൻ കഴിയുമായിരുന്നു. അതുകൊണ്ടുതന്നെ നാട്ടിലെ ആളുകളിൽ ചിലർ ഇയാളുമായി ചില ചങ്ങാത്തത്തിനൊക്കെ മുതിരും. തില്ലങ്കേരിയിലെ കോൽക്കാരൻ ഒരു നമ്പ്യാരായിരുന്നു. അയാൾക്ക് അവിടെ ഒരു വീട്ടിൽ അൽപ്പം ഒളിസേവ ഉണ്ടായിരുന്നു. അതേപോലെ നാട്ടുകാരിൽനിന്ന് പിരിക്കുന്ന പണമൊക്കെ പലിശയ്ക്ക് കടംകൊടുക്കുക. ഈടായി സ്വർണം വാങ്ങുക തുടങ്ങിയ വഴിവിട്ട നട പടികളുമുണ്ടായിരുന്നു. ഒരിക്കൽ ഒളിസേവയ്ക്കെത്തിയ ഇയാളെ നാട്ടു കാർ നന്നായി കൈകാര്യം ചെയ്തു. കർഷകസംഘം നേതാക്കളാണ് ഇതിന് നേതൃത്വം കൊടുത്തതെന്ന് വ്യാപകമായ പ്രചരണം ഉണ്ടായി. ഇയാൾ അംശം അധികാരിക്ക് പരാതി കൊടുത്തു. അയാളത് തലശ്ശേരി തുക്കിടി സായിപ്പിന് കൈമാറി. തുക്കിടി സായിപ്പ് ഒരുദിവസം അന്വേഷ ണത്തിന് തില്ലങ്കേരിയിലെത്തി. ഇങ്ങനെ അന്വേഷണം നടത്തുന്ന വിവരം *മാതൃഭൂമി* പത്രത്തിൽ അച്ചടിച്ചു വന്നു. അക്കാലത്ത് സി എച്ച് കണാരൻ ഈ പ്രദേശങ്ങളിലൊക്കെ ഊർജിതമായ സംഘടനാ പ്രവർത്തനം നടത്തുന്ന ഒരു സന്ദർഭം കൂടിയാണ്. *മാതൃഭൂമി* പത്രത്തിലെ വാർത്ത വായിച്ച സി എച്ച് കണാരൻ യാതൊരു മുന്നറിയിപ്പും കൂടാതെ തെളി വെടുപ്പ് സ്ഥലത്തെത്തി. തില്ലങ്കേരിയിൽ പാർട്ടിഘടകം രൂപീകരിച്ചത് സി എച്ചിന്റെ പ്രവർത്തനഫലമായിട്ടുകൂടിയായിരുന്നു. തെളിവെടുപ്പുവേള യിൽ സി എച്ച് ഇടർച്ചയില്ലാതെ ഒഴുക്കൻ ഇംഗ്ലീഷിൽ സംഭവത്തിന്റെ നിജസ്ഥിതി തുക്കിടി സായിപ്പിനു മുന്നിൽ വ്യക്തമാക്കി. ഇത് കേസ് നേരേതിരിഞ്ഞു. വാദി പ്രതിയായി. എല്ലാം കേട്ടശേഷം തുക്കിടിസായിപ്പ് കോൽക്കാരനെതിരെ കേസെടുക്കാൻ നിർദേശിച്ചു. അംശംഅധികാരിയും ജന്മിയുമായ ചെമ്പുകീഴിടം കുഞ്ഞുകൃഷ്ണൻ നമ്പ്യാർക്കു മാത്രമേ ആ നാട്ടിൽ ഇംഗ്ലീഷ് അറിയാമായിരുന്നുള്ളൂ. സി എച്ചി ന്റെ ഇംഗ്ലീഷിലുള്ള വാദവും തുടർന്ന് പ്രതീക്ഷിച്ചതിനു വിരുദ്ധമായി കോൽക്കാരനെതിരെ കേസെടുത്തതും അംശംഅധികാരിക്ക് നാണക്കേടുണ്ടാക്കി.

രണ്ടാംലോകമഹായുദ്ധവും തുടർന്നുള്ള ഭക്ഷ്യക്ഷാമവും, വിലക്ക യറ്റവും സാധാരണ കൃഷിക്കാരുടെ നട്ടെല്ലൊടിക്കുന്നതായിരുന്നു. വിദ്യാർഥിയായിരിക്കുമ്പോൾതന്നെ സി അനന്തൻ, സി എച്ച് കണാരന്റെ മാസ്മരിക വലയത്തിൽ പെട്ടിരുന്നു. അനന്തന്റെ അച്ഛൻ തില്ലങ്കേരി ആല യാട്ട് കുണ്ടേരി ഞാലിലെ കിപ്പായി ചാത്തഗുരിക്കൾ, അമ്മ ചെറോട്ട താലം. അവർക്ക് രാമുണ്ണി, കുഞ്ഞിരാമൻ, ഗോപാലൻ, അനന്തൻ എന്നി ങ്ങനെ നാല് ആൺമക്കൾ. 1948–ലെ തില്ലങ്കേരി സമരത്തിന്റെ നേതൃത്വ ത്തിൽ അനന്തനും ഗോപാലനും ഉണ്ടായിരുന്നു. കതിരൂർ ഹൈസ്കൂ ളിൽനിന്ന് അനന്തൻ എസ് എസ് എൽ സി പാസായി. തുടർന്ന് മുട ക്കോഴി സ്കൂളിൽ മാഷായിച്ചേർന്നു. ജ്യേഷ്ഠൻ സി ഗോപാലൻ മാഷാ യെങ്കിലും സർവേ പഠിച്ചിരുന്നതുകൊണ്ട് പിന്നീട് അതുപേക്ഷിച്ച് വില്ലേജ് മാൻ എന്ന ഉദ്യോഗം സ്വീകരിച്ചു. അനന്തൻ മാഷ് പഠിപ്പിച്ചുകൊണ്ടിരുന്ന

മുടക്കോഴി സ്കൂളിലെ അധ്യാപകനായിരുന്നു മുനയൻകുന്ന് വെടി വെയ്പ്പിൽ രക്തസാക്ഷിയായ കെ സി കുഞ്ഞാപ്പുമാഷ്. സഖാവുമായുള്ള സന്തത സഹവാസം അനന്തനിലെ പ്രക്ഷോഭകാരിയെ രൂപപ്പെടുത്തു ന്നതിൽ സഹായിച്ചു. തില്ലങ്കേരി കർഷകസംഘത്തിന്റെ നേതൃത്വത്തിൽ ജന്മിത്വത്തിനും സാമ്രാജ്യത്വത്തിനുമെതിരെ നിരവധി ജാഥകളും സമര ങ്ങളും നടന്നു. അംശം അധികാരിയായ ചെമ്പുങ്കീഴിടം ജന്മിയുടെ മുഷ്ക്കിനെതിരെ 'മച്ചൂർമല' കേന്ദ്രീകരിച്ച് അനന്തന്റെ നേതൃത്വത്തിൽ കൃഷിക്കാരെ സംഘടിപ്പിച്ചു തുടങ്ങി. പട്ടിണിയും ദാരിദ്ര്യവും മൂലം നടുവൊടിഞ്ഞ കൃഷിക്കാരെയും മറ്റുവിഭാഗങ്ങളെയും    പല ആചാര ങ്ങളുടെയും ചടങ്ങുകളുടെയും പേരിൽ ജന്മിമാർ നിരന്തരം ചൂഷണം ചെയ്തുകൊണ്ടിരുന്നു. കൃഷിക്കാരെ സംബന്ധിച്ചിടത്തോളം പാട്ടമളന്നു കഴിഞ്ഞാൽ പിന്നെ കഞ്ഞികുടിക്കാൻ നെല്ല് കാണാറില്ല. കൊല്ലൻ, തട്ടാൻ, ആശാരി, മൂശാരി, വെളുത്തേടൻ, ക്ഷുരകൻ എന്നിവർക്കെല്ലാം വിളവെടുക്കുമ്പോഴാണ് കൂലിയായി നെല്ല് നൽകിയിരുന്നത്. ഇത് ഭക്ഷ ണാവശ്യത്തിന് തികഞ്ഞിരുന്നില്ല. മുറിപ്പട്ടിണിയോ മുഴുപ്പട്ടിണിയോ ആയിരുന്നു മിക്കപ്പോഴും. അതേ സമയം ജന്മിയുടെ അറയിൽ നെല്ല് കുമിഞ്ഞുകൂടിക്കിടന്നിരുന്നു. കാട്ടുകിഴങ്ങ്, കുറുങ്ങ് (കാട്ടുകാച്ചിൽ) പുളി ങ്കുരു, അണ്ടിക്കൊരട്ട (മാങ്ങയണ്ടി), താൾ, ചേമ്പ്, തകര, ചക്ക എന്നിവ യൊക്കെ തിന്നാണ് ജനങ്ങൾ പശിയടക്കിയിരുന്നത്.

ഈ പട്ടിണിക്കിടയിലും 'വെച്ചൂകാണൽ' പോലെയുള്ള ചടങ്ങുകൾ ജനങ്ങളെക്കൊണ്ട് ജന്മിമാർ നിർബന്ധിച്ച് നടത്തിയിരുന്നു. ഓണം, വിഷു തുടങ്ങിയ വിശേഷ അവസരങ്ങളിൽ കുടിയാന്മാരും ജനങ്ങളും ജന്മിക്ക് കാഴ്ചവെയ്ക്കണം. കൃഷിക്കാരാണെങ്കിൽ കുത്തിവെളുപ്പിച്ച അരി, വാഴക്കുല, ചേമ്പ്, ചേന, വെള്ളരിക്ക, മത്തങ്ങ മുതലായവ. ആശാരിയാ ണെങ്കിൽ ചിരട്ടത്തവി, ആളത്തുരൽ (ആൽമരത്തിന്റെ കടഞ്ഞെടുത്ത തടിയുരൽ) കുശവൻ മൺപാത്രങ്ങൾ, മുസ്ലീങ്ങൾ കോഴി, നെയ്യ് തുടങ്ങിയവയാണ് കാഴ്ചവയ്ക്കേണ്ടത്. മച്ചൂർമല കേന്ദ്രീകരിച്ച് കർഷക സംഘത്തിന്റെ പ്രവർത്തനം ഉഷാറായി നടന്നുവന്നു. ഇതിന് നേതൃത്വംകൊടുത്തത് സി. അനന്തനും, കെ പി ചാത്തുമാഷും ആണ്. എൻ ഇ ബാലരാം, പി കെ മാധവൻ, സി എച്ച് കണാരൻ എന്നിവർ ഇവർക്ക് പിന്തുണനൽകിയിരുന്നു.

'വെച്ചൂകാണൽ' എന്ന ചടങ്ങ് അവസാനിപ്പിക്കണമെന്ന് കർഷക സംഘം തീരുമാനിച്ചു. 1948-ലെ വിഷുവിന്റെ തലേദിവസം ജന്മിമാരുടെ ഗൃഹങ്ങളിലേക്ക് കാഴ്ചവസ്തുക്കളുമായി പോയവരെ സ.അനന്തന്റെ നേതൃത്വത്തിൽ തടഞ്ഞ് തിരിച്ചയച്ചു. ഇത് ജന്മിമാരെ പ്രകോപിപ്പിച്ചു. കൊടിയ ദാരിദ്ര്യമാണ് എങ്ങും. വിഷുവിനൊരുങ്ങാൻ മിക്കവീടുകളിലും അരിയില്ല. അതേസമയം ജന്മിമാരുടെ അറകളിൽ നെല്ല് നിറഞ്ഞു കിടന്നു. ജന്മിമാരുടെ പത്തായപ്പുരകളിൽ നിന്ന് നെല്ലെടുത്ത് ജനങ്ങൾക്ക് വിതരണം ചെയ്യാൻ കർഷകസംഘം തീരുമാനിച്ചു. നെല്ലിന് ന്യായമായ

വിലതരാം എന്നാലെങ്കിലും നെല്ല് തരണം അതായിരുന്നു നിലപാട്. സ. അനന്തന്റെ നേതൃത്വത്തിൽ നെല്ലെടുപ്പ് ആരംഭിച്ചു. ആദ്യം ശങ്കരൻ കണ്ടി കുറുപ്പിന്റെ പത്തായപ്പുര ലക്ഷ്യമാക്കി നീങ്ങി. സ. അനന്തന്റെ ഭാര്യയുടെ കെട്ടുതാലി കൈയിൽ കരുതിയിരുന്നു. ശങ്കരൻകണ്ടിയുടെ പൂമുഖത്തേക്ക് കയറിച്ചെന്നിട്ട് ജന്മിക്കുറുപ്പിനെ താലികാട്ടിയിട്ട് നെല്ല് തരാൻ ആവശ്യപ്പെട്ടു. കരിഞ്ചന്തയിൽ വിൽക്കാൻ കൂട്ടിവെച്ചിരിക്കുന്ന നെല്ല് കൊടുക്കാൻ തയാറായില്ല. അയാൾ പല തടസവാദങ്ങളും ഉന്നയിച്ചു. ബലമായി ജന്മിയുടെ നെല്ലറതുറന്ന് നെല്ലെടുത്ത് ജനങ്ങൾക്ക് കൊടുത്തു. ഓരോരുത്തർക്കും മൂന്ന് 'കൊങ്ങഴി' (ഒരു കൊങ്ങഴി=മുക്കാൽ സേർ) നെല്ലുവീതം നൽകി. പക്ഷെ, എല്ലാവർക്കും കൊടുക്കാൻ നെല്ല് തികഞ്ഞില്ല. തുടർന്ന് പുല്ലാട്ട് ജന്മിയുടെ പത്തായപ്പുര ലക്ഷ്യമാക്കി നീങ്ങി. നെല്ല് കൊടുക്കാൻ ജന്മി തയാറായില്ല. കർഷകസംഘം പ്രവർത്ത കരെ ജന്മിയും ശിങ്കിടികളും എതിർത്തു. ഇവരുടെ എതിർപ്പ് മറികടന്ന് ബലമായി നെല്ലെടുത്തു. അതും ജനങ്ങൾക്ക് വിതരണം ചെയ്തു.

ഇത്രയുമായപ്പോഴേക്ക് ജന്മിമാർക്ക് ഇരിക്കപ്പൊറുതി ഇല്ലാതായി. ചെമ്പുങ്കീഴിടം അധികാരിയുടെ നേതൃത്വത്തിൽ അവർ യോഗം ചേർന്നു. കർഷക സംഘത്തിന്റെ നേതൃത്വത്തിലുള്ള ഈ അക്രമം അവസാനിപ്പി യ്ക്കണം. ബി എ അധികാരി (ചെമ്പുങ്കീഴിടം) യുടെ നേതൃത്വത്തിലുള്ള ജന്മിയോഗം തീരുമാനിച്ചു. ഉടൻതന്നെ പൊലീസിനും തുക്കിടിസായി പ്പിനും പരാതി നൽകി. ഏപ്രിൽ 15-ാം തീയതി രാവിലെ എം എസ്പി ക്കാർ സ്ഥലത്തെത്തി. അവർ ചെമ്പുങ്കീഴിടം അധികാരിയുടെ പുതുതായി പണിഞ്ഞുകൊണ്ടിരുന്ന വീട്ടിൽ തമ്പടിച്ചു. ജന്മിയുടെ സിൽബന്ധിക

*തില്ലങ്കേരി രക്തസാക്ഷി മണ്ഡപം*

ളായ ഗുണ്ടകളും പൊലീസിനെ സഹായിക്കാൻ ഉണ്ടായിരുന്നു. തീനും കുടിയും കഴിഞ്ഞ് പൊലീസ് നാട്ടിലിറങ്ങി. കർഷകസംഘം പ്രവർത്ത കരുടെ വീടുകളാണ് ലക്ഷ്യം. സി. അനന്തന്റെ വീട്ടിൽക്കയറി. വളർത്തു പട്ടിയെ വെട്ടിക്കൊന്ന് കിണറ്റിലിട്ടു. വീട്ടുസാധനങ്ങളും കിണറ്റിൽത്തള്ളി. വാഴയുൾപ്പെടെയുള്ള വിവിധ കൃഷിയിനങ്ങൾ വെട്ടിനശിപ്പിച്ചു. മാത്രമല്ല വീടിന് തീയും വച്ചു. പൊലീസിന്റെയും ഗുണ്ടകളുടെയും തേർവാഴ്ച യാണ് പിന്നീട് കണ്ടത്. നിരവധി വീടുകളിൽ കയറി അക്രമം കാണിച്ചു. ചാത്തുമാഷിന്റെ ഏകാധ്യാപകവിദ്യാലയം തീയിട്ടു നശിപ്പിച്ചു. മെഗാ ഫോണിലൂടെ കർഷകസംഘം പ്രവർത്തർ, "സഖാക്കളേ കരുതിയി

ചെമ്പുങ്കീഴിടം തറവാട്

രുന്നോ, പൊലീസ് നായ്ക്കൾ നാട്ടിലിറങ്ങിയിട്ടുണ്ട്" എന്ന് വിളിച്ചുപറഞ്ഞ് ജനങ്ങൾക്ക് മുന്നറിയിപ്പ് കൊടുത്തു. അങ്ങനെ പൊലീസിന്റെ ആക്രമ വിവരം നാട്ടുകാരാകെ അറിഞ്ഞു.

പുന്തലോട് മഠപ്പുരക്ഷേത്രത്തിനു സമീപം നാട്ടുകാർ സംഘടിച്ചു. പൊലീസ് അതിക്രമത്തിൽ പ്രതിഷേധിച്ച് ചെമ്പുങ്കീഴിടം അധികാരിയുടെ വീട്ടിനു നേരെ പ്രതിഷേധപ്രകടനം നടത്താൻ തീരുമാനിച്ചു. പ്രകടനം ആളയാട്ട് വയൽ വഴി കാവുംപടി എന്ന സ്ഥലത്തെത്തി. പനങ്ങാട്ട് തെരുവിന്റെ ഒരു ഭാഗത്തെത്തിയപ്പോൾ സ.സി ഗോപാലൻ ഓടിക്കിത ച്ചെത്തി. എന്നിട്ട് അദ്ദേഹം ജാഥ കച്ചേരിയിലേക്ക് (വില്ലേജ്ഓഫീസി ലേക്ക്) പോകരുതെന്ന വിലക്കി. ജാഥാംഗങ്ങൾ അത് വകവയ്ക്കാതെ മുന്നോട്ടു നടന്നു. ഇഞ്ചിക്കാല, പുല്ലാട്ടു കാൽ, ഉപ്പുകാട് വഴി ജാഥ ചെമ്പുങ്കീഴിടത്തെത്തി. സ. ഗോപാലനും ജാഥയ്ക്കൊപ്പം കൂടി.

അവിടെയെത്തിയപ്പോൾ അധികാ
രി വില്ലേജ് ഓഫീസിലോ ചേർന്നുള്ള
ജന്മിഗൃഹത്തിലോ ഇല്ലായിരുന്നു.
അയാൾ പുതുതായി പണിതുകൊ
ണ്ടിരുന്ന വീട്ടിലായിരുന്നു. പ്രകോ
പിതരായ ചില ജാഥ അംഗങ്ങൾ വില്ലേജ്
റിക്കോർഡുകൾ നശിപ്പിച്ചു. ജാഥ
വരുന്നതുകണ്ട് വീട്ടിലുള്ള സ്ത്രീകൾ
ഉൾപ്പെടെയുള്ള ആളുകൾ ഓടി രക്ഷ
പ്പെട്ടു. തുടർന്ന് ജാഥ ഇടിക്കുണ്ട്
വയൽവഴി തെക്കോട്ട് യാത്ര തിരിച്ചു.
വയലിനു കുറുകെ ഒരു മൺതിട്ടയുണ്ട്.
അതുപോലെ അക്കരെയുള്ള തോടിന്റെ
കരയിൽ മുഴുവൻ കൈതക്കൂട്ടമാണ്.
ഈ കൈതകളുടെ മറവിൽ പൊലീസ്

കുറ്റിയാടൻ കുഞ്ഞിരാമൻ
നമ്പ്യാർ സേലം ജയിലിൽ
അടയ്ക്കപ്പെട്ടയാൾ

ഒളിച്ചിരിക്കുന്നത് ജാഥക്കാർ കണ്ടില്ല. അവർ വയലിലിറങ്ങിയതും
തുരുതുരെ വെടിവയ്പ് തുടങ്ങി. മൊത്തം 60 റൗണ്ട് വെടിവച്ചു.
സഖാക്കൾ സി അനന്തൻ, കുണ്ടാഞ്ചേരി ഗോവിന്ദൻ, പോരുകണ്ടി കൃഷ്
ണൻ, നമ്പടിക്കുഞ്ഞുമ്മൽ നാരായണൻ നമ്പ്യാർ, കാരാട്ട് കുഞ്ഞമ്പു
എന്നിങ്ങനെ അഞ്ചുപേർ തൽക്ഷണം മരണമടഞ്ഞു. വെടിവെപ്പിൽ മരിച്ച
അഞ്ചു സഖാക്കളുടെയും മൃതദേഹങ്ങൾ പൊലീസ് പച്ച ഓലയിൽ
പൊതിഞ്ഞുകെട്ടി. തലശ്ശേരിയിലെ തലായിക്കടപ്പുറത്ത് വലിച്ചെറിഞ്ഞു.

അംശംമേനോൻ സി ഗോപാലനും വെടികൊണ്ടു. അനുജൻ അന
ന്തന് എന്ത് സംഭവിച്ചുവെന്ന് മനസിലാക്കാൻ ഗോപാലൻ അനുജന്റെ
അടുത്തേക്ക് ഇഴഞ്ഞുനീങ്ങി. ഇതു കണ്ട് വില്ലേജ് കോൽക്കാരൻ കലപ്പ
യുടെ അമിക്കക്കോൽ കൊണ്ട് ഗോപാലനെ ക്രൂരമായി അടിച്ചു. മൃത
പ്രായനായ അദ്ദേഹത്തെ ആശുപത്രിയിൽ എത്തിച്ചെങ്കിലും മരിച്ചുവെടി
യേറ്റ വെള്ളുവക്കണ്ടി രാമൻ ഓടി. രണ്ടു ദിവസം കഴിഞ്ഞ് കാലിമേയ്
ക്കാൻ പോയ കുട്ടികൾ ഇടിക്കുണ്ടിൽനിന്ന് രണ്ടുകിലോമീറ്റർ അകലെ
യുള്ള കാഞ്ഞിരാട്ട് വഴിക്കരികിലുള്ള പുൽക്കാട്ടിൽ അയാൾ മരിച്ചു
കിടക്കുന്നത് കണ്ടെത്തി. പിന്നീട് 1956 ഫെബ്രുവരി 11 ന് സേലം ജയിലിൽ
നടന്ന വെടിവെപ്പിൽ ഇരുപത്തിരണ്ട് സഖാക്കൾ മരിയ്ക്കുകയുണ്ടായി.
ഇതിൽ അഞ്ചുപേർ തില്ലങ്കേരി സമരത്തിൽ ശിക്ഷിക്കപ്പെട്ട് ജയിലിൽ
അടച്ചവരായിരുന്നു. നക്കായി കണ്ണൻ, അമ്പാടി ആചാരി, പുല്ലാഞ്ചി
യോടൻ ഗോവിന്ദൻ നമ്പ്യാർ കോയിലേടൻ കുഞ്ഞപ്പ നമ്പ്യാർ, തുടങ്ങി
യവരായിരുന്നു അവർ. അങ്ങനെ പന്ത്രണ്ടുപേർ തില്ലങ്കേരിയിൽ സമര
ത്തിൽ പങ്കെടുത്തതുമൂലം രക്തസാക്ഷികളായി.

തില്ലങ്കേരി വെടിവെപ്പ് വിവരം നാട്ടിലൊക്കെ കാട്ടുതീപോലെ
പടർന്നു. പഴശ്ശി, തോലമ്പ്ര, ശിവപുരം, മട്ടന്നൂർ തുടങ്ങിയ സ്ഥലങ്ങളിൽ

നിന്ന് നൂറുകണക്കിന് കമ്യൂണിസ്റ്റുകാരും കർഷകസംഘം പ്രവർത്ത
കരും ഇടിക്കുണ്ടിലേക്ക് എത്തി. ഏപ്രിൽ പതിനാറിന് ഇടിക്കുണ്ട് വയ
ലിൽ പ്രതിഷേധ യോഗം കൂടി. പിന്നീട് പഴശ്ശി സമരത്തിൽ രക്തസാക്ഷി
യായ സ. സി അനന്തൻ പ്രസ്തുത പ്രതിഷേധയോഗത്തെ അഭിസംബോ
ധന ചെയ്ത് സംസാരിച്ചു. അതേസമയം പൊലീസും കോൺഗ്രസ്–ജന്മി
ഗുണ്ടകളും നാട്ടിൽ നരനായാട്ട് അഴിച്ചുവിട്ടു. കമ്യൂണിസ്റ്റ് പാർട്ടിയുടെയും
കർഷകസംഘത്തിന്റെയും പ്രവർത്തകരേയും അനുഭാവികളേയും കള്ള
ക്കേസിൽ കുടുക്കി. അറസ്റ്റും പൊലീസ് മർദനവും തുരുതുരെ നടന്നു.
തില്ലങ്കേരി സമരത്തിൽ പങ്കെടുത്ത തൃക്കുന്നോൻ കൊട്ടനെപ്പാലുള്ളവർ
കേസിൽ അറസ്റ്റു ചെയ്യപ്പെടുകയും കൊടിയ പൊലീസ് മർദനംമൂലം
പിന്നീട് മരിക്കുകയുമുണ്ടായിട്ടുണ്ട്. എന്നാൽ ഇദ്ദേഹത്തെ രക്തസാക്ഷി
കളുടെ പട്ടികയിൽപ്പെടുത്തിയിട്ടില്ല.

# 13

## തോക്കിനുനേരെ
## നെഞ്ചു വിരിച്ച ഒഞ്ചിയം

ഒഞ്ചിയം രക്തസാക്ഷി മണ്ഡപം

**വ**ടകരയിലെ പാർട്ടി ഓഫീസിൽ ഏറെനേരം കാത്തിരിക്കേണ്ടി വന്നില്ല. കോഴിക്കോട്ടുനിന്നും വടകര സ്റ്റേഷനിൽ തീവണ്ടിയിറങ്ങി. സ. പവിത്രൻ ധൃതിയിൽ എത്തി. പാർട്ടി ഓഫീസിന്റെ സ്വീകരണ മുറിയിൽ പ്രസിദ്ധീകരണങ്ങൾ ചിതറിക്കിടക്കുന്നു. അകത്തെ മുറികളിൽ ആരും എത്തിച്ചേർന്നിരുന്നില്ല. വാതിലിലും ജനലിലും കമ്പിപ്പാരകൾ കൊണ്ടുകൊത്തിപ്പൊളിച്ചതിന്റെ പാടുകൾ. സൺഗ്ലാസ് ഒട്ടിച്ച ജാലക

ച്ചില്ലകളിൽ കല്ലേറ് ഏറ്റതിന്റെ പാടുകൾ. പുറത്തിറങ്ങുമ്പോൾ അടു ത്തുള്ള തട്ടുകടയിൽ പാർട്ടിനേതാക്കൾ. ചന്ദ്രശേഖരൻ വധത്തെത്തു ടർന്ന് അക്രമികൾ പൊലീസ് സഹായത്തോടെ താണ്ഡവമാടുകയായി രുന്നു. പ്രസ്ഥാനത്തിന്റെ ശക്തികേന്ദ്രത്തിൽ വച്ചുതന്നെ അതിനെ തകർക്കാൻ ഭരണവർഗ പാർട്ടികൾക്കും അവരുടെ സർക്കാരിനും താൽപ്പ ര്യമുണ്ടാകുമല്ലോ.

നാൽപ്പതുകളിൽ കമ്യൂണിസ്റ്റ് വേട്ടയ്ക്കിറങ്ങിയ കോൺഗ്രസു കാരുടെ 'ദേശരക്ഷാസേന' മരിച്ചിട്ടില്ല. പുതിയ രൂപത്തിൽ ഇന്നും നമു ക്കിടയിലെല്ലാമുണ്ട്.

സ്വാതന്ത്ര്യം പുലരുന്നതിനു മുന്നേ താൽക്കാലികമായി കൈവന്ന അധികാരം പോലും സ്വാതന്ത്ര്യസമരരംഗത്ത് നിസ്വാർഥമായി പ്രവർത്തിച്ച കമ്യൂണിസ്റ്റുകാരെ ഒതുക്കാനും ഒറ്റുകൊടുക്കാനുമാണ് കോൺഗ്രസുകാർ ഉപയോഗപ്പെടുത്തിയത്. സ്വാതന്ത്ര്യാനന്തരം ബ്രിട്ടീ ഷുകാർ ഊരിവച്ചുപോയ അമിതാധികാരത്തിന്റെ ഷൂ കോൺഗ്രസുകാർ ധരിക്കുകയായിരുന്നു. അവരെ സംബന്ധിച്ച് സ്വാതന്ത്ര്യം പ്രമാണിമാ രുടെയും ജന്മിമാരുടെയും സ്വാതന്ത്ര്യമായിരുന്നു. ജീവിക്കാനുള്ള അവകാശത്തിനുവേണ്ടി പൊരുതിയവരെ രാജ്യദ്രോഹികൾ എന്നു മുദ്രകുത്തി തുറുങ്കിലാക്കി.

ഒഞ്ചിയത്തേക്കുള്ള വഴികളിൽ ജീവിതം സാധാരണപോലെ. സി പി ഐ (എം)ന്റെ കൊടിമരങ്ങളും ബാനറുകളും നശിപ്പിക്കപ്പെട്ടിരി ക്കുന്നു.

വൈകാരികമായ അന്തരീക്ഷത്തിന് അയവു വന്നിട്ടുണ്ട്. ആളു കൾക്ക് യാഥാർഥ്യത്തിലേക്ക് മടങ്ങാതിരിക്കാനാവില്ലല്ലോ. വഴിനീളെ പൊലീസ് സാന്നിധ്യമുണ്ട്. പൊലീസ് പിക്കറ്റുകളുണ്ട്. ജീപ്പുകൾ ജംഗ്ഷ നുകളിൽ പാർക്ക് ചെയ്യുന്നുണ്ട്.

ഒഞ്ചിയം രക്തസാക്ഷികൾ വെടിയേറ്റു വീണ ഭൂമിയിലേക്ക് ഞങ്ങൾ നീങ്ങി.

വടകരയ്ക്ക് വടക്കാണ് ഒഞ്ചിയം. പഴയ കുറുമ്പ്രനാട് താലൂക്കിലെ കമ്യൂണിസ്റ്റ് പ്രവർത്തനങ്ങളുടെ പ്രധാനകേന്ദ്രം. ഒഞ്ചിയം മോസ്കോ എന്നാണറിയപ്പെട്ടിരുന്നത്. നിരപരാധികളായ മനുഷ്യരെ വെടിനുണ്ട യ്ക്കിരയാക്കിയ തില്ലങ്കേരി സംഭവം നടന്നത് 1948 ഏപ്രിൽ 15 ന്. തില്ല ങ്കേരിയിൽ വീണു കട്ടപിടിച്ച ചോരയുടെ കാഴ്ചയും മണവും മായു ന്നതിനു മുമ്പേ ഒഞ്ചിയത്ത് വീണ്ടും വെടിപൊട്ടി.

1948 ഏപ്രിൽ 30 ന്.

കുറുമ്പ്രനാട് താലൂക്കിലെ കമ്യൂണിസ്റ്റുകാരുടെ ഒരു രഹസ്യ യോഗം 1948 ഏപ്രിൽ 29 ന് ഒഞ്ചിയത്തെ ഊരാളുങ്കലിൽ ചേരാൻ നിശ്ച യിച്ചിരുന്നു. എം കെ കേളു കൽക്കത്താ കോൺഗ്രസിൽ പങ്കെടുത്ത് മടങ്ങിയിരുന്നു. ഈ യോഗത്തിൽ അദ്ദേഹം പങ്കെടുക്കുമെന്ന് പ്രതീ ക്ഷിച്ചു. താലൂക്ക് കമ്മിറ്റിയംഗങ്ങളായ പി ആർ നമ്പ്യാർ, പി പി ശങ്കരൻ,

*രക്തസാക്ഷി മണ്ഡപം, കടപ്പുറം*

എ കെ രാമൻ, പി രാമക്കുറുപ്പ്, കെ കെ അബ്ദുള്ള, ഇ സി അപ്പനമ്പ്യാർ, എ കെ കൃഷ്ണൻ നായർ, കെ പി കുഞ്ഞിരാമൻ, എം ഗോപാലക്കുറുപ്പ്, എം കുമാരൻ, ടി സി ചാത്തു എന്നിവർ യോഗത്തിൽ പങ്കെടുത്തു.

രഹസ്യയോഗത്തിന്റെ വിവരം കോൺഗ്രസ് നേതാക്കൾ വഴി എം എസ് പി ക്കാരറിഞ്ഞു. പിടി കിട്ടേണ്ട പലരും പങ്കെടുക്കുന്ന യോഗ മാണ്. വടകര സർക്കിൾ ഇൻസ്പെക്ടറുടെ നേതൃത്വത്തിൽ എം.എസ്. പി.ക്കാരും ദേശരക്ഷാസേനയുടെ ഒറ്റുകാരും കണ്ണുകരയിൽ എത്തി.

രാത്രിയുടെ മറവിൽ നാട്ടുവഴികളിലൂടെ പോലീസുകാർ പൂച്ചകളെ പ്പോലെ പതുങ്ങി നടന്നു. ആദ്യം കയറിയത് മണ്ടോടി കണ്ണന്റെ വീട്ടിൽ. ആരെയും കിട്ടാത്തതിനാൽ തൊട്ടുത്ത വീടുകളിൽ കയറി. ചോയി എന്നയാളെയും മകൻ കണാരനെയും പോലീസ് പിടികൂടി. നിരപരാധി കളായ ചോയിയെയും കണാരനെയും പിടികൂടിയ വിവരം കാട്ടുതീ പോലെ പടർന്നു. ഗ്രാമവഴികളിലൂടെ തീപ്പന്തങ്ങളുമായി ആളുകൾ നീങ്ങി. ഓലച്ചൂട്ടിൽ നിന്നും തെറിച്ചുവീഴുന്ന തീപ്പൊരികൾ ഇരുട്ടിൽ അഗ്നിച്ചിത്രങ്ങൾ വരച്ചു. മെഗാഫോണുകളിലൂടെ വിവരം കൈമാറപ്പെട്ടു. നാലുവശത്തുനിന്നും ഓടിയെത്തിയ പന്തങ്ങൾക്കു നടുവിൽ പൊലീസ് പകച്ചുനിന്നു.

നിരപരാധികളെ വിട്ടയക്കണമെന്ന അഭ്യർഥന ചെവിക്കൊണ്ടില്ല. ബ്രിട്ടനെ സേവിച്ച അതേ വീറോടെ നെഹ്റുവിന്റെ പൊലീസ് അർധ നഗ്നരായ ഗ്രാമീണരുടെ വാക്കുകൾക്ക് വില കൽപ്പിക്കുകയോ? ജനക്കൂട്ടം പൊലീസിനെ ഉപരോധിച്ചു. ചോയിയെയും കണാരനെയും ഉപരോധിച്ച് പൊലീസ്. പൊലീസ് വലയം ഭേദിച്ച് ചോയിക്കടുത്തേക്കു പാഞ്ഞ യുവാവിന് ബയണറ്റേറ്റു തലമുറിഞ്ഞു. സംഘർഷം. ഇൻസ്പെക്ടർ പൊട്ട

ക്കിണറ്റിൽ വീണു. സർക്കിൾ ഇൻസ്പെക്ടർ പിസ്റ്റൾ ചൂണ്ടിനിന്നു. അളവക്കാൻ കൃഷ്ണൻ എന്ന ധീരൻ ഷർട്ടു വലിച്ചു മാറ്റി മാറുകാണിച്ചു പറഞ്ഞു:

"വയ്ക്കെടാ വെടി..."

വെടിയുണ്ടകൾ മാറ് പിളർന്ന് കടന്നുപോയി.

അപ്പോഴേക്കും നേരം പുലർന്നിരുന്നു. വെടിവയ്ക്കാൻ ആജ്ഞ വന്നയുടൻ തുരുതുരെ വെടിയുണ്ടകൾ പാഞ്ഞു.

ജനങ്ങൾ യോദ്ധാക്കളെപ്പോലെ നിലത്തു കമഴ്ന്നു കിടന്നു. നൂറു റൗണ്ട് വെടിവച്ചു. അളവക്കാൻ കൃഷ്ണൻ, മേനോൻ കണാരൻ, പുരയിൽ കണാരൻ, പാറൊള്ളതിൽ കണാരൻ, വട്ടക്കണ്ടി രഘുട്ടി, ചെറ യിൽ താഴേചാത്തു, കാവുന്തോടി മീത്തൽ ശങ്കരൻ, വാഴയിൽ പീടിക യിൽ ഗോപാലൻ എന്നീ എട്ടുപേർ സംഭവസ്ഥലത്ത് മരിച്ചുവീണു.

എട്ടുപേരുടെയും മൃതദേഹങ്ങൾ വടകര ആശുപത്രിയിലേക്കു കൊണ്ടുപോയി. പോസ്റ്റുമോർട്ടത്തിനുശേഷം പുറങ്കര കടപ്പുറത്ത് എട്ടു മൃതശരീരങ്ങളും ഒരേ കുഴിയിലിട്ടു മൂടി. ഗുരുതരമായി പരിക്കേറ്റ അഞ്ചു പേരടക്കം 64 പ്രതികളെ ചേർത്ത് കേസ് രജിസ്റ്റർ ചെയ്തു. കൊല്ലച്ചേരി കുമാരനും എം കെ കണ്ണനും റിമാന്റു കാലത്തെ മർദനം മൂലം രോഗ ബാധിതരായി മരിച്ചു. വെടിവയ്പിനിടെ ചോയിയും കണ്ണനും ഓടി രക്ഷ പ്പെട്ടു. പുത്തൻപുരയിൽ കണ്ണന് ഇടതുകൈയിൽ വെടികൊണ്ടു. കൈത്തണ്ട ചിതറി. ഇടതുകൈ മുറിച്ചുമാറ്റി. ജയിലിൽനിന്നും വിട്ടയക്ക പ്പെട്ട കണ്ണൻ 1950 ൽ ഒഞ്ചിയം രക്തസാക്ഷിദിനം കൊണ്ടാടി! പുറവിൽ കണ്ണന്റെ നെഞ്ചുഭേദിച്ച് ഉണ്ട പാഞ്ഞു. പക്ഷെ അതിജീവിച്ചു.

പൊലീസിന്റെ നിഷ്ഠുരത ജഡ്ജിക്ക് ബോധ്യമായി. എല്ലാ പ്രതി കളെയും വെറുതെവിട്ടു.

പോലീസ് പിടിയിലായി ക്രൂരമായ മർദനത്തിന് വിധേയമായി മരണത്തോട് മല്ലിടുമ്പോഴും കീഴടങ്ങാതെ ചോരപുരണ്ട കൈകളാൽ ലോക്കപ്പു ചുമരിൽ അരിവാൾ വരഞ്ഞ മണ്ടോടി കണ്ണന്റെ പൈതൃകം തലമുറകൾ കൈമാറുന്ന വീരചരിതമായി.

ഒഞ്ചിയം ചുവന്ന ഗ്രാമമായി.

പുറങ്കര കടപ്പുറത്തെത്തി രക്തസാക്ഷികൾക്ക് അഭിവാദ്യമേകി. അലറുന്ന കർക്കിടക്കടൽ, മുകളിൽ കത്തുന്ന സൂര്യൻ. കടലെടുത്തു പോകാത്ത കാലത്തിലെ നിത്യസ്മാരകം. രണ്ടുപേർ അവിടെയുണ്ടാ യിരുന്നു. ഒരാൾ ഒരു മദ്യപാനി. അയാൾ അബോധാവസ്ഥയിലും പഴയകാല മുദ്രാവാക്യങ്ങൾ മുഴക്കുന്നുണ്ടായിരുന്നു. മറ്റേയാൾ വടകര ആശുപത്രിയിൽവച്ച് രക്തസാക്ഷികളുടെ മൃതദേഹങ്ങൾ കണ്ടയാളാണ്. കടപ്പുറത്ത് കുഴിയെടുക്കാൻ ചെന്ന പൊലീസുകാർക്ക് വഴികാട്ടി കൊടു ത്തത്രെ! പക്ഷെ കമ്യൂണിസ്റ്റുകാർ അക്രമം കാണിച്ചതിനാലാണ് പൊലീസ് വെടിവച്ചത് എന്നാണ് അയാളുടെ ഭാഷ്യം. പഴയ രാജ്യരക്ഷാ സേന ഇപ്പോഴും സജീവമാണ്.

മറ്റൊരു രൂപത്തിൽ!

# 14

# മുനയൻകുന്ന്:
# വിപ്ലവസ്വപ്നത്തിനുമേൽ
# ചിതറിവീണ ഇളംചോരപ്പാടുകൾ

മുനയൻകുന്നിലേക്കുള്ള വഴി

**ക**രിവെള്ളൂർ മഹാശിവക്ഷേത്രത്തിന്റെ പ്രദക്ഷിണവഴി പിന്നിട്ട് ചുറ്റുമതിൽ മുറിച്ചുകടന്ന് നടന്നെത്തുന്നത് പരിയാരത്ത് കൃഷ്ണൻ നായരുടെ വീട്ടുമുറ്റത്തേക്കാണ്. വടക്കൻ മലബാറുകാരന്റെ സ്വതഃസിദ്ധ ശൈലിയിൽ ഞങ്ങളെ കൃഷ്ണൻനായർ വീട്ടിനകത്തേക്ക് സ്വാഗതം ചെയ്തു. തെലുങ്കാനാ മോഡൽ വിപ്ലവപോത കേരളത്തിൽ പ്രാവർത്തി കമാക്കാൻ വേണ്ടി സായുധവിപ്ലവത്തിന്റെ വഴിതേടിപ്പോയ ധീരനായ

ഒരു കമ്യൂണിസ്റ്റുകാരനാണ് മുന്നിലിരിക്കു
ന്നത്. പ്രായം നവതിയുടെ നിറവിലെത്തി
യെങ്കിലും മെല്ലിച്ച നെഞ്ചിൻ കൂട്ടിലും,
കണ്ണുകളിലും ഒരു സാഹസികനായ
വിപ്ലവകാരിയുടെ പോരാട്ടവീര്യത്തിന്റെ
മിടിപ്പും തിളക്കവും കാണാം.

അതുപോലെ പെരിങ്ങോമിനടുത്ത
ആലപ്പടമ്പിലെ ഊടുവഴികൾ താണ്ടിെ
ത്തിയ ഞങ്ങൾ ഉയർന്ന കൽപ്പടവുകൾ
കയറിയെത്തിയത് ഒരു പുരാതന ഗൃഹ
ത്തിന്റെ മുറ്റത്താണ്. വയോവൃദ്ധനായ
ഒരാൾ വീടിന്റെ പൂമുഖത്തേക്ക് നടന്ന
ടുക്കുന്നു. കുളികഴിഞ്ഞ് വരികയാണെന്ന്

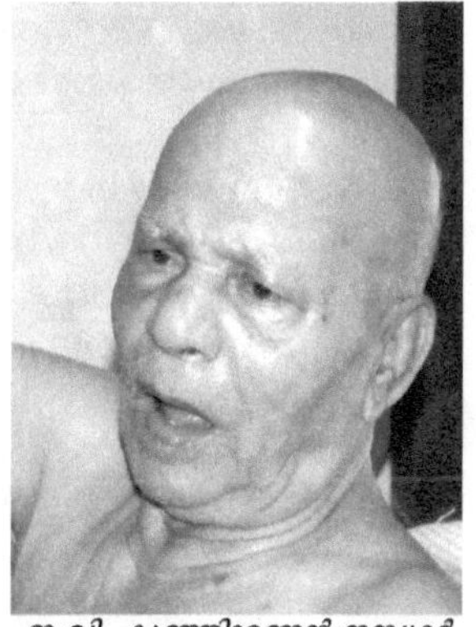
ഇ വി കുഞ്ഞിക്കണ്ണൻ നമ്പ്യാർ

ലക്ഷണംകണ്ടാലറിയാം. ഇടതുകൈയുടെ ഭുജത്തിലും ഇടതു വയറ്റിലും
വലിയ നാരങ്ങയുടെ വലിപ്പത്തിൽ ഇപ്പോഴും മാഞ്ഞുപോകാതെ,
നിൽക്കുന്ന വെടിയുടെ വ്രണപ്പാട് ദൂരെനിന്നേ കാണാം. ഇത് മറ്റാരുമല്ല
ഇ വി കുഞ്ഞിക്കണ്ണൻ നമ്പ്യാരാണ്. പ്രായത്തിന്റെ കടന്നാക്രമണത്തെ
അതിജീവിച്ച് ആരോഗ്യദൃഢമായ ശരീര
മാണ് അദ്ദേഹത്തിന്റേത്.

മുകളിൽ സൂചിപ്പിച്ച രണ്ടുപേരും
ആരെന്നറിയാമോ? മീശമുളയ്ക്കുന്ന
പ്രായത്തിൽ ജന്മിത്തത്തെയും അതിന്
കുടപിടിക്കുന്ന ഭരണകൂടത്തെയും സായു
ധകലാപത്തിലൂടെ തകർത്തെറിയാൻ
മുനയൻകുന്ന് കയറിപ്പോയ രണ്ട് ധീര
വിപ്ലവകാരികൾ. അതിൽ ആദ്യത്തെയാൾ
പൊലീസ് വെടിയുണ്ടയിൽ നിന്ന് തല
നാരിഴക്ക് രക്ഷപ്പെട്ടയാൾ. രണ്ടാമത്തെ

പരിയാരത്ത് കൃഷ്ണൻ നായർ

യാൾ, വെടിയേറ്റുമരിച്ചുവെന്നു കരുതി മറ്റു
ശവങ്ങൾക്കൊപ്പം ശവക്കുഴിയിൽ മൂടപ്പെടാൻ തുടങ്ങിയെങ്കിലും
ഭാഗ്യത്തിന് ജീവൻ തിരിച്ചുകിട്ടിയ ആൾ. ആദ്യം ഗ്രാമങ്ങളെ
കീഴ്പ്പെടുത്തുക, തുടർന്ന് നഗരങ്ങൾ, പിന്നെ രാജ്യം–ഈ വിപ്ലവസ്വപ്ന
വും കണ്ട് മുനയൻകുന്നിലെ നെൽപ്പുരയിൽ ഉറങ്ങിക്കിടക്കുമ്പോഴാണ്
വെടിയുണ്ടകൾ ഇവരുടെ സ്വപ്നത്തേയും സഹസഖാക്കളുടെ
ജീവനേയും ചതറിത്തെറിപ്പിച്ചുകളഞ്ഞത്. സായുധസമരത്തിലൂടെ
ചെങ്കോട്ടയിൽ അധികാരം പിടിക്കാൻ ഇറങ്ങിപ്പുറപ്പെട്ട നാൽപ്പത്തിരണ്ട്
സാഹസിക യുവാക്കളിൽ ഇന്ന് ജീവിച്ചിരിക്കുന്നത് ഇവർ രണ്ടുപേർ മാത്രം.

മുനയൻകുന്ന് സംഭവത്തെക്കുറിച്ച് ഇവർ പറഞ്ഞ വിവരങ്ങൾ
ഇതാണ്.

1940 തുകൾ ചരിത്രത്തിൽ അറിയപ്പെടുന്നത് 'റോറിംഗ് ഫോർട്ടീസ്' (ഗർജിക്കുന്ന നാൽപ്പതുകൾ) എന്ന പേരിലാണ്. രണ്ടാം ലോകമഹായുദ്ധത്തിന്റെ വളർച്ചയും ഒടുക്കവും, ബ്രിട്ടന്റെ വൃദ്ധിക്ഷയം, അമേരിക്കയുടെ വളർച്ച, നവസ്വതന്ത്രരാഷ്ട്രങ്ങളുടെ ഉദയം, മൗവിന്റെ നേതൃത്വത്തിൽ ചൈനയിൽ ജനകീയസേനയുടെ മുന്നേറ്റം. ഫാസിസത്തിന്റെയും നാസിസത്തിന്റെയും തകർച്ച തുടങ്ങിയവ നാൽപ്പതുകളിലെ സവിശേഷലോകസംഭവഗതികളായിരുന്നു. ഇന്ത്യയെ സംബന്ധിച്ചിടത്തോളം ഇത് സ്വാതന്ത്ര്യലബ്ധിയുടെ ദശാബ്ദം കൂടിയായിരുന്നു. സ്വാതന്ത്ര്യം കിട്ടി കോൺഗ്രസ് അധികാരത്തിൽവന്നെങ്കിലും കേവല അധികാര കൈമാറ്റത്തിനപ്പുറം സാധാരണജനങ്ങൾക്ക് ആശ്വാസമൊന്നും കിട്ടിയില്ല. സാധാരണ കൃഷിക്കാരും കർഷകത്തൊഴിലാളികളും ജന്മിത്വചൂഷണത്തിനും നാടുവാഴിത്ത സമ്പ്രദായത്തിനും വിധേയരായി നരകജീവിതം നയിക്കുകയായിരുന്നു.

നാട്ടിലെമ്പാടും അസംതൃപ്തിയും പട്ടിണിയും നടമാടിയിരുന്നു. ഇന്ത്യയുടെ വിവിധഭാഗങ്ങളിൽ കമ്മ്യൂണിസ്റ്റ് പാർട്ടി ശക്തിപ്രാപിച്ചു വരുന്ന കാലം കൂടിയായിരുന്നു. 1948 ഫെബ്രുവരിയിൽ കൽക്കത്തയിൽ നടന്ന കമ്മ്യൂണിസ്റ്റ് പാർട്ടിയുടെ മൂന്നാം കോൺഗ്രസ് ദൂരവ്യാപക മാറ്റങ്ങൾക്ക് കളമൊരുക്കുന്ന ചില തീരുമാനങ്ങൾ എടുത്തു. പി സി ജോഷി പാർട്ടി സെക്രട്ടറി സ്ഥാനമൊഴിഞ്ഞതിനെത്തുടർന്ന് ബി ടി രണദിവെ പാർട്ടി സെക്രട്ടറിയായി ചുമതലയേറ്റു. ഇന്ത്യൻ ഭരണകൂടത്തിൽ ആഴത്തിൽ വേരുകൾ ആഴ്ന്നിറങ്ങിയിരിക്കുന്ന ജന്മി–ബൂർഷ്വാ ഭൂപ്രഭുത്വത്തെ തകർക്കുന്നതിന് ഗ്രാമഗ്രാമാന്തരങ്ങളിൽ കർഷക ബഹുജനങ്ങളുടെ ചെറുത്തുനിൽപ്പ് സംഘടിപ്പിക്കണമെന്ന് തീരുമാനമായി. പ്രസ്തുത സമ്മേളനത്തിൽ കേരളത്തിൽനിന്ന് ഇ എം എസ് ഉൾപ്പെടെ നിരവധി കമ്യൂണിസ്റ്റ് നേതാക്കൾ പങ്കെടുത്തിരുന്നു. ഇതേ കാലഘട്ടത്തിൽത്തന്നെയാണ് ഹൈദരാബാദ് നൈസാമിനെതിരെ കമ്യൂണിസ്റ്റ് പാർട്ടിയുടെ

എൻ സുബ്രഹ്മണ്യ ഷേണായി     കെ സി കുഞ്ഞാപ്പു മാസ്റ്റർ     മാവില ചിണ്ടൻ നമ്പ്യാർ

നേതൃത്വത്തിൽ തെലങ്കാന സമരവും നടന്നത്‌. 1946-ലെ ബോംബെ നാവികകലാപവും, ബംഗാൾ ബീഹാർ പട്ടാളബാരക്കുകളിലെ പട്ടാള കലാപങ്ങളും ഭരണകൂടത്തിനെതിരെ വേണ്ടിവന്നാൽ ഒരു സായുധ കലാപം നടത്തുന്നതിനുള്ള പ്രചോദനവും മുകളിൽ സൂചിപ്പിച്ച സംഭവ ങ്ങൾ പ്രദാനം ചെയ്തു. ഈ സംഭവങ്ങളൊക്കെ കൽക്കത്താസമ്മേളന ത്തിൽ സജീവചർച്ചാവിഷയമായി. ഇതിന്റെയൊക്കെ ആവേശമുൾക്കൊ ണ്ടുകൊണ്ടാണ്‌ കേരളത്തിൽനിന്ന്‌ പോയ സഖാക്കൾ കൽക്കത്താസമ്മേ ളനത്തിൽ നിന്ന്‌ തിരിച്ചുവന്നത്‌.

കൽക്കത്തയിൽനിന്ന്‌ തിരിച്ചെത്തിയ സഖാക്കൾ കർഷകസംഘ ത്തിന്റെ യോഗങ്ങളിലും കമ്യൂണിസ്റ്റ്‌ പാർട്ടി യൂണിറ്റുകളിലും സമ്മേളന തീരുമാനങ്ങൾ വിശദീകരിച്ചുകൊണ്ടിരുന്നു. ഇത്‌ പല പാർട്ടി സഖാ ക്കളെയും ആവേശഭരിതരാക്കി. നാട്ടിലാണെങ്കിൽ കൊടിയ പട്ടിണിയും ക്ഷാമവും. ജന്മിമാരുടെ അറകളിലാണെങ്കിൽ ആവശ്യത്തിലധികം നെല്ല്‌. അവർ അത്‌ പൂഴ്ത്തിവെച്ച്‌ കരിഞ്ചന്തയിൽ ഉയർന്ന വിലയ്ക്ക്‌ വിൽക്കു കയാണ്‌. ആവശ്യം കഴിഞ്ഞ്‌ മിച്ചംവരുന്ന നെല്ല്‌ ന്യായവിലയ്ക്ക്‌ സർക്കാ രിലേക്ക്‌ അളക്കണമെന്നാണങ്കിലും ഉദ്യോഗസ്ഥരെ വശത്താക്കി ജന്മി മാർ സർക്കാരിലേക്ക്‌ നെല്ലളക്കാറില്ല. മൊത്തം മലബാർപ്രദേശത്തെപ്പോ ലെ തന്നെ പയ്യന്നൂർ, നീലേശ്വരം ഫർക്കകളിലും സ്ഥിതി ഇതായിരുന്നു. ഇതിനെതിരെ കർഷകസംഘത്തിന്റേയും കമ്യൂണിസ്റ്റ്‌ പാർട്ടിയുടെയും നേതൃത്വത്തിൽ നാട്ടിൽ സമരങ്ങൾ ആരംഭിച്ചു. കെ പി കുഞ്ഞിക്കണ്ണൻ നായരുടെ നേതൃത്വത്തിൽ കോറോം പ്രദേശത്ത്‌ നെല്ലെടുപ്പ്‌ നടത്തി ക്കൊണ്ട്‌ സമരം ആരംഭിച്ചു. ആലക്കാട്ട്‌ മാവിലാ കുഞ്ഞമ്പുനമ്പ്യാരുടെ പത്തായപ്പുര കൈയേറി നെല്ലെടുത്ത്‌ പാവപ്പെട്ട ജനങ്ങൾക്ക്‌ വിതരണം ചെയ്തു. നെല്ലിന്‌ ന്യായവില കൊടുക്കാമെന്ന്‌ പറഞ്ഞെങ്കിലും ജന്മി സ്വീകരിച്ചില്ല.

ജന്മി അംശം അധികാരിക്കും പയ്യന്നൂർ പൊലീസിലും പരാതി കൊടുത്തു. കെ പി കുഞ്ഞിക്കണ്ണൻ നായരേയും മറ്റ്‌ കുറേ സഖാ ക്കളെയും അറസ്റ്റ്‌ ചെയ്തു. ഇത്‌ നാട്ടുകാരെ പ്രകോപിപ്പിച്ചു. അവർ പൊലീസ്‌ ക്യാമ്പിലേക്ക്‌ മാർച്ച്‌ ചെയ്തു. പ്രകോപിതരായ ജനങ്ങളുടെ നേരെ എം എസ്‌ പിക്കാർ വെടിവച്ചു. ജാഥയുടെ മുന്നിൽ നടന്നിരുന്ന പൊക്കൻ വെടിയേറ്റ്‌ പിടഞ്ഞു വീണുമരിച്ചു. ജനങ്ങളിൽ ജന്മിമാർക്കെ തിരെയും പൊലീസിനെതിരെയും അമർഷം പതഞ്ഞുപൊങ്ങിയ സംഭവ മായിരുന്നു ഇത്‌. പയ്യന്നൂർ ഫർക്കയുടെ കിഴക്കൻ പ്രദേശങ്ങളായ കുറ്റൂർ, എരമം, ചിറ്റാരി എന്നിവിടങ്ങളിൽ നെല്ലെടുപ്പ്‌ നടന്നു. വേങ്ങയിൽ നായി നാർ, ആലപ്പടമ്പ്‌ മഠത്തിൽ നമ്പീശൻ, എരമം മനയിൽ കൃഷ്ണൻ നമ്പൂ തിരി എന്നിവരുടേതായിരുന്നു നെല്ലറകൾ.

സംഭവത്തെത്തുടർന്ന്‌ പയ്യന്നൂർ പ്രദേശത്തിന്റെ വിവിധഭാഗങ്ങളിൽ എം എസ്‌ പി ക്യാമ്പുകൾ ആരംഭിച്ചു. ജന്മിമാരുടെ ഗുണ്ടകളുടെയും കോൺഗ്രസ്‌ ഒറ്റുകാരുടെയും സഹായത്തോടുകൂടി പൊലീസ്‌ നാട്ടിൽ

തേർവാഴ്ച ആരംഭിച്ചു. പ്രാപ്പൊയിലിലും ആലപ്പടമ്പിലും പെരളത്തും പൊലീസ് ക്യാമ്പുകൾ തുറന്നു. കണ്ണിൽകണ്ടവരെയൊക്കെ പൊലീസ് തൂക്കിയെടുത്തുകൊണ്ടുപോയി മർദിക്കാൻ തുടങ്ങി. കള്ളക്കേസിൽപ്പെട്ടവരെ കിട്ടിയില്ലെങ്കിൽ വീട്ടിലുള്ള ബന്ധുക്കളെ പിടിച്ചുകൊണ്ടുപോകും. പൊലീസിന്റേയും സർക്കാരിന്റേയും ഈ തെമ്മാടിത്തരത്തിൽ പൊറുതിമുട്ടിയ നാട്ടുകാർ കമ്യൂണിസ്റ്റ് പാർട്ടി പയ്യന്നൂർ ഫർക്കാസെക്രട്ടറി കെ സി കുഞ്ഞാപ്പുമാസ്റ്ററുടെ നേതൃത്വത്തിൽ സംഘടിക്കാൻ തുടങ്ങി. പൊലീസ് അതിക്രമത്തെ കായികമായിത്തന്നെ നേരിടാൻ തീരുമാനിച്ചു.

നാട്ടിലെ ചുണയുംചൊടിയുമുള്ള ചെറുപ്പക്കാരെ സംഘടിപ്പിച്ച് അതിക്രമങ്ങളെ നേരിടാൻ ഒരു സന്നദ്ധസേനയെ രൂപീകരിച്ചു. രണ്ടാംലോക മഹായുദ്ധത്തിൽ പങ്കെടുത്ത് തിരിച്ചെത്തിയ പലരും നാട്ടിലുണ്ടായിരുന്നു. അവരിൽ ചിലരൊക്കെ ഈ സംഘത്തിൽ അംഗങ്ങളായി. അവർ മറ്റുള്ളവർക്ക് ആയുധപരിശീലനം നൽകി. ഏതാനും തോക്കുകളും വെട്ടുകത്തിയുമൊക്കെ ആയുധമായി സംഘടിപ്പിച്ചു. ഏകദേശം അൻപതോളം ആളുകൾ ഈ സംഘത്തിലുണ്ടായിരുന്നു. പൊലീസിന്റേയും ഒറ്റുകാരുടെയും കണ്ണിൽപ്പെടാത്ത ഒഴിഞ്ഞ ഒരു ഒളിസങ്കേതം തരപ്പെടുത്താൻ തീരുമാനിച്ചു. കണ്ണൂരിനെയും കാസർകോടിനേയും വേർതിരിക്കുന്നത് 'നല്ലോം' പുഴയാണ്. അന്ന് ഹോസ്ദുർഗ് താലൂക്ക് ദക്ഷിണ കാനറ ജില്ലയിലാണ്. അവിടെ എം എസ് പിക്കാർ വരില്ല. അങ്ങനെയാണ് ചെറുപുഴയ്ക്കടുത്തുള്ള മുനയൻകുന്ന് ക്യാമ്പായി തെരഞ്ഞെടുക്കാൻ കാരണം. ഇവിടം ജനവാസം ഒട്ടുമില്ലാത്ത മലമ്പ്രദേശമാണ്. പുനംകൃഷിക്കുവേണ്ടിമാത്രമേ ആളുകൾ വരാറുള്ളൂ. പുഴമുറിച്ചുകടന്നു മാത്രമേ

മുനയൻ കുന്നിൽ സഖാക്കൾ വെടിയേറ്റ് വീണ സ്ഥലത്തെ സ്മാരകം

ഏതൊരാൾക്കും മുനയൻകുന്നിലെത്താൻ കഴിയൂ. അന്നത്തെ കർണാ
ടക സംസ്ഥാനത്തിന്റെ ഭാഗമായ ഈസ്റ്റ് എളേരിയിലാണ് മുനയൻകുന്ന്.
വളരെ സുരക്ഷിതമായ സ്ഥലമെന്ന നിലയ്ക്കാണ് മുനയൻകുന്ന്
തെരഞ്ഞെടുത്തത്.

കരിവെള്ളൂർ, കാങ്കോൽ തുടങ്ങിയ സ്ഥലങ്ങളിൽ ഉള്ളവരായിരുന്നു
സമരഭടന്മാരിൽ ഏറിയപങ്കും. ആലപ്പടമ്പുകാരനായ വി വി കുഞ്ഞിക്ക
ണ്ണൻ നമ്പ്യാർ മാത്രമാണ് നാട്ടുകാരനായി ഉണ്ടായിരുന്നതെന്ന് പറയാ
വുന്നത്. വൈപ്പിരിയൻപാറ എന്ന സ്ഥലത്തുവെച്ച് ആദ്യത്തെ രഹസ്യ
യോഗം ചേർന്നു. ആലപ്പടമ്പ് നമ്പീശന്റെ വീട് ആക്രമിച്ചുകൊണ്ട്
ആക്ഷൻ തുടക്കമിട്ടു. നാൽപ്പത്തിരണ്ടുപേരുണ്ടായിരുന്നു സംഘത്തിൽ.
ഏതാനും ചിലർകൂടി വരാമെന്നേറ്റിരുന്നെങ്കിലും എത്തിയില്ല. ആക്ഷന്
ശേഷം സംഘം കിഴക്കൻമല താണ്ടാൻ തുടങ്ങി. എരമത്ത് (കുറ്റൂർ)
നിന്നാരംഭിച്ച യാത്ര കക്കറ എന്ന സ്ഥലത്തെത്തി. അവിടെവെച്ച്
ചോറുണ്ടാക്കിക്കഴിച്ചു. എന്നാൽ പാടിയോട്ടുചാലിനടുത്ത നെരമ്പുപാറ
എന്ന സ്ഥലത്തെത്തിയപ്പോഴേക്കും കരുതിയിരുന്ന ഭക്ഷണസാധനങ്ങൾ
തീർന്നു. വിശന്ന് ക്ഷീണിച്ചു. ചിലരൊക്കെ കൈയിൽ കുറേശ്ശെ ഉരുക്കിയ
നെയ്യ് കരുതിയിരുന്നു. അത് ഭരണിയിൽനിന്ന് വിരൽകൊണ്ട് തോണ്ടി
അൽപ്പാൽപ്പം നുണഞ്ഞുകൊണ്ട് മുന്നോട്ടു നടന്നു. സംഘം നടന്നുനടന്ന്
ചെറുപുഴയെത്തി. അവിടെവെച്ച് സി വി കേളുമാഷ് ഒരു ചാക്ക് അരിതന്നു.
യാത്ര മൊത്തവും ഇരുട്ടിന്റെ മറവിലാണ്. പകൽസമയത്ത് ആൾപ്പാർപ്പി
ല്ലാത്ത സ്ഥലത്തെ പൊന്തക്കാട്ടിൽ ഒളിച്ചിരിക്കും. എല്ലാവരും ആവേശ
ഭരിതരാണ്. തെലങ്കാനയുടെയും കൽക്കത്താ തീസിസിന്റേയും സ്മര
ണകൾ എല്ലാവരെയും ഉത്തേജിതരാക്കിയിരുന്നു. നടക്കുന്നതിനിടയിൽ
ഓരോ സമരഭടനും സായുധവിപ്ലവത്തിലൂടെ അധികാരം പിടിക്കാൻ
പോകുന്ന അനർഘനിമിഷത്തിന്റെ ആവേശനിമിഷങ്ങളെ മനസിലിട്ട്
താലോലിച്ചിരുന്നു. നിഷ്കളങ്കരും ധീരരുമായ അവരുടെ മനസിൽ ജന്മി
ത്തത്തോടുള്ള കൊടിയപ്രതികാരവും അതിന് ഒത്താശചെയ്യുന്ന ഭര
ണവ്യവസ്ഥയോടുള്ള എതിർപ്പും ഉമിത്തീപോലെ നീറിപ്പുകഞ്ഞുകൊ
ണ്ടിരുന്നു. തങ്ങളുടെ കരുത്തിന്റെ പരിമിതിയെക്കുറിച്ചോ, സർക്കാരിന്റെ
അടിച്ചമർത്തൽശേഷിയെക്കുറിച്ചോ കാര്യമായ ബോധ്യമൊന്നുമുണ്ടായി
രുന്നില്ല. അല്ലെങ്കിൽ മനസിൽ തിരയടിച്ചുവരുന്ന ആത്മരോഷത്തിന്റെയും
അധികാരിവർഗത്തിന്റെ നെറികേടുകളോടുള്ള പകയുടെയും മുന്നിൽ
അത്തരം ചിന്തകൾക്കൊന്നും സ്ഥാനമുണ്ടായിരുന്നില്ല. ശരാശരി മുപ്പതു
വയസിൽ താഴെപ്രായമുള്ള ആ ധീരസാഹസികർ മുനയംകുന്ന് ലക്ഷ്യം
വച്ച് മുന്നേറിക്കൊണ്ടിരുന്നു. രണ്ടുമൂന്നു ദിവസം കഴിഞ്ഞപ്പോൾ ഭക്ഷണ
സാധനങ്ങൾ വീണ്ടും തീർന്നു. സംഘാംഗമായിരുന്ന പരിയാരത്ത്
കൃഷ്ണൻനായരുടെ ജന്മിയായിരുന്നു കോടത്ത് കുഞ്ഞിരാമൻ നമ്പ്യാർ.
ഈ പരിചയം വച്ച് നമ്പ്യാരിൽ നിന്ന് പത്തുപറനെല്ല് വാങ്ങി. ഈ നെല്ല്
പുഴുങ്ങി വരുത്ത്കുത്തി അരിയാക്കി. അങ്ങനെ തൽക്കാലം ഭക്ഷണ

പ്രശ്നം പരിഹരിച്ചു. സംഘം നടന്നുനടന്ന് മുനയൻകുന്നിന്റെ അടിവാര ത്തുള്ള വയക്കരഗ്രാമത്തിലെത്തി. പുഴ മുറിച്ചുകടന്ന് മുനയൻകുന്നി ലേക്ക് യാത്രയായി. അവിടെ ചെമ്പേരികൃഷ്ണൻനായർ എന്നയാൾക്ക് പുനംകൃഷി ഉണ്ടായിരുന്നു. നെല്ല് സൂക്ഷിക്കുന്നതിനായി അദ്ദേഹം 'ചിറ്റാരി' (നെൽപ്പുര) കെട്ടിയിരുന്നു. മുനയൻകുന്നിലെത്തിയ സംഘാംഗ ങ്ങൾ ഒഴിഞ്ഞുകിടന്ന ചിറ്റാരിയിൽ താമസമാക്കി.

പ്രകൃതിരമണീയമായ കുന്നിൻപ്രദേശമായിരുന്നു മുനയൻകുന്ന്. ചുറ്റും കാടുകളാൽ വലയംചെയ്യപ്പെട്ട പ്രദേശം. ആൾപ്പാർപ്പ് ഒട്ടുംതന്നെ യില്ലെന്ന് പറയാം. ക്യാമ്പിലെത്തിയ ഉടൻതന്നെ ആയുധപരിശീലനം തുടങ്ങി. കൂട്ടത്തിൽ പട്ടാളത്തിൽനിന്ന് മടങ്ങിവന്നവരുണ്ടായിരുന്നു. അവ രാണ് പരിശീലനം നൽകിയിരുന്നത്. സംഘം നേതാവ് കുഞ്ഞാപ്പുമാഷ്, പരിയാരത്ത് കൃഷ്ണൻനായർ, കണ്ണൻനായർ എന്നിവർ ചേർന്ന് ഒരു രഹസ്യതീരുമാനം എടുത്തിരുന്നു. ഏറ്റവും അടുത്തുള്ള എം സി പി ക്യാമ്പ് ആക്രമിക്കുകയെന്നതായിരുന്നു അത്. പക്ഷേ, ഇത് ഇവർ മൂന്നുപേർക്ക് മാത്രമേ അറിയാമായിരുന്നുള്ളൂ. അങ്ങനെ രണ്ടുദിവസം കഴിഞ്ഞുപോയി. സംഘാംഗങ്ങളിൽ ചിലർ അരിതേടിയും ബീഡിയും തീപ്പെട്ടിയും വാങ്ങാനുമായി അടുത്തുള്ള മുക്കിൽ പോകുമായിരുന്നു. അപരിചിതരായ ഇവരെക്കണ്ട നാട്ടുകാരിൽ ചിലർക്ക് സംശയംതോന്നി ത്തുടങ്ങി. നാട്ടിൽനടക്കുന്ന കർഷക കലാപങ്ങളെക്കുറിച്ച് അറിഞ്ഞിരുന്ന നാട്ടുകാർ സംശയദൃഷ്ടിയോടെയാണ് ഇവരെ വീക്ഷിച്ചിരുന്നത്. ഇത് മനസിലാക്കിയ സംഘാംഗങ്ങൾ തിരിച്ചുവന്ന് ക്യാപ്റ്റനായ കുഞ്ഞാപ്പു മാഷോട് വിവരം പറഞ്ഞു. ഉടൻ യോഗം കൂടുകയും പിറ്റേന്നുതന്നെ ഈ ക്യാമ്പ് ഉപേക്ഷിച്ച് മറ്റൊരിടത്തേക്ക് മാറണമെന്ന് തീരുമാനിക്കു കയും ചെയ്തു.

എല്ലാവരും ഉറങ്ങാൻകിടന്നു. പിറ്റേന്ന് പുലരുന്നത് 1948 മേയ് ഒന്നാണ്. ഒരാൾമാത്രം ഉറങ്ങാതെ കാവലിരുന്നു. കണ്ണൻ നമ്പ്യാർക്കാണ് രാത്രികാവൽച്ചുമതല. അയാൾ ഇറയത്ത് ഉറങ്ങാതെ കാവലിരുന്നു. അർധരാത്രി കഴിഞ്ഞസമയത്ത് മഴ ചാറാൻ തുടങ്ങി. മന നനയാതിരി ക്കാൻവേണ്ടി കാവൽനിന്ന കണ്ണൻനമ്പ്യാർ ഷെഡ്ഡിനകത്തുകയറി. കിടന്നപാടെ അയാളും ഉറക്കം തുടങ്ങി. ഭക്ഷണമില്ലായ്മകൊണ്ടും അല ച്ചിൽകൊണ്ടും എല്ലാവരും അതീവക്ഷീണിതരായിരുന്നു. മഴയും തണുപ്പും എല്ലാംകൂടി ചേർന്നപ്പോൾ എല്ലാവരും ഗാഢനിദ്രയിലായി. വെളുപ്പിന് മൂന്നുമണിനേരത്ത് സെർച്ച് ലൈറ്റുകൾ മിന്നുന്നതുകണ്ട് ചിലർ ഉണർന്നു. 'ഫയർ' എന്ന ആക്രോശവും തുടർന്ന് തുരുതുരെ വെടി യൊച്ചയും മുഴങ്ങി. ലോക്കൽ പൊലീസും എം എസ് പി യും ക്യാമ്പ് വളഞ്ഞ് ആക്രമണം തുടങ്ങി. ഇരുട്ടിന്റെ മറവിൽ മെഷീൻഗണ്ണുക ളിൽനിന്ന് തീതുപ്പിക്കൊണ്ട് വെടിയുണ്ടകൾ ചീറിപ്പാഞ്ഞു. ആർത്തനാദ ങ്ങൾ പരിസരമാകെ ഭീതിദമായ അന്തരീക്ഷമായി മാറി. ചെറ്റമാടത്തിന്റെ

*മുനയൻ കുന്ന് രക്തസാക്ഷികളെ സംസ്കരിച്ച സ്ഥലത്തെ സ്മാരകം*

ഭിത്തികളെ തുളച്ചുകൊണ്ട് വെടിയുണ്ട അകത്തേയ്ക്ക് വന്നു. ഉറങ്ങി ക്കിടന്ന പലരുടെയും നെഞ്ചുപിളർന്ന് വെടിയുണ്ട പാഞ്ഞു. ശബ്ദംകേട്ട് പിടഞ്ഞെഴുന്നേറ്റ പലരും വെടിയേറ്റുവീണു.

തിരിച്ച് പ്രതികരണമൊന്നുമില്ലെന്ന് കണ്ടപ്പോൾ പൊലീസ് ചെറ്റ പൊളിച്ച് അകത്തുകടന്നു. ഓരോരുത്തരെയായി വലിച്ച് പുറത്തിട്ടു. അതിൽ വെടിയേറ്റ് മരിച്ചവരും പരിക്കേറ്റവരുമുണ്ടായിരുന്നു. അതി ഭയാനകമായ ഒരു ദൃശ്യമായിരുന്നു അത്. ആറുപേർ തൽക്ഷണം മരിച്ചിരുന്നു. സംഘത്തിന്റെ ക്യാപ്റ്റനായി കെ സി കുഞ്ഞാപ്പുമാസ്റ്റർ, കെ എ ചിണ്ടപ്പൊതുവാൾ, പനയന്തട്ടകണ്ണൻ നമ്പ്യാർ, മൊടത്തറ ഗോവിന്ദൻ നമ്പ്യാർ, പാപ്പിനിശ്ശേരി കേളു നമ്പ്യാർ, കുന്നുമ്മൽ കുഞ്ഞി രാമൻ എന്നിവരാണ് നിഷ്ഠുരമായി കൊലചെയ്യപ്പെട്ടത്. കൂട്ടപ്പൊരി ച്ചിലിനിടയിൽ ഇരുപതുപേർ പൊലീസിനെ വെട്ടിച്ച് രക്ഷപ്പെട്ടു. പരിക്കേറ്റ പതിനാറ്പേരെ അറസ്റ്റ് ചെയ്തു. ഉണങ്ങിയ വാഴക്കച്ചികൊണ്ട് അവരെ പരസ്പരം കൂട്ടിക്കെട്ടിയിരുന്നു. വയറിനു വെടിയേറ്റയാളാ യിരുന്നു കുഞ്ഞമ്പു എന്ന ഇ വി കുഞ്ഞിക്കണ്ണൻ നമ്പ്യാർ. ബോധ രഹിതനായിരുന്ന കുഞ്ഞിക്കണ്ണൻ നമ്പ്യാരെ ശവങ്ങൾക്കൊപ്പം പച്ചോ ലയിൽ പൊതിഞ്ഞുകെട്ടി ആദിവാസികളെക്കൊണ്ട് ചുമപ്പിച്ചും വലിച്ചിഴച്ചും പാടിയോട്ടുചാലിൽ കൊണ്ടുവന്നു. അവിടെ ഒരു വലിയ കുഴിയെടുത്ത് ആറുശവങ്ങൾക്കൊപ്പം കുഞ്ഞിക്കണ്ണൻ നമ്പ്യാരെയും കുഴിച്ചിടാൻ തുടങ്ങി.

പക്ഷേ കുഴിയിൽ വീണപ്പോൾ നമ്പ്യാർക്ക് അനക്കം വച്ചുതുടങ്ങി. തിരിച്ചെടുക്കുകയൊന്നും വേണ്ട മറ്റുള്ളവർക്കൊപ്പം മണ്ണിട്ടുമൂടാമെന്ന്

പൊലീസ് തീരുമാനിച്ചു. എന്നാൽ കൂട്ടത്തിൽ ഉണ്ടായിരുന്ന ഒരു പൊലീസുകാരൻ നമ്പ്യാരുടെ അച്ഛന്റെ ദോസ്ത് ആയിരുന്നു. അയാൾ പറഞ്ഞു ജീവനുള്ളവനെ കുഴിച്ചിടുന്നത് ശരിയല്ല. പുറത്തെടുക്കാം. അങ്ങനെ നമ്പ്യാരെ പുറത്തെടുത്തു പയ്യന്നൂർ ധർമാശുപത്രിയിൽ എത്തിച്ചു. പക്ഷെ അവിടെ ചികിത്സാസൗകര്യം കുറവായിരുന്നു. പിന്നീട് കോഴിക്കോട് ബീച്ച് ആശുപത്രിയിൽകൊണ്ടുപോയി ദീർഘനാൾ ചികിത്സിച്ചാണ് രക്ഷപ്പെട്ടത്. പൊലീസ് പിടിച്ചവരിൽ, ആലപ്പറമ്പിലെ പുത്തൂർക്കാരൻ രാമൻ, കെ രാമൻ, കോറോംദേശക്കാരായ കെ അമ്പു, കെ അബ്ദുൾഖാദർ എന്നിവർ പൊലീസ് മർദനംമൂലം പിന്നീട് മരിച്ചു. ഇവരെ കൂടാതെ പിന്നീട് പിടിക്കപ്പെട്ടവരായ ആലപ്പടമ്പിലെ മാവിലാ ചിണ്ടൻ നമ്പ്യാർ, കോറോംമാരന്താവിൽ കുഞ്ഞമ്പു എന്നിവർക്കും പൊലീസിന്റെ ക്രൂരപീഡനം മൂലം ജീവൻ നഷ്ടപ്പെട്ടു.

സംഭവം നടന്ന മുനയൻകുന്ന് അക്കാലത്ത് മൈസൂർസംസ്ഥാന ത്തിന്റെ ഭാഗമായിരുന്നതിനാൽ കേസ് നടന്നത് മംഗലാപുരത്തായിരുന്നു. എല്ലാവരേയും ആറുമാസംമുതൽ ഒരുവർഷംവരെ തടവിന് ശിക്ഷിച്ച് കണ്ണൂർ സെൻട്രൽ ജയിലിലടച്ചു.

# 15

## ശൂരനാട്:
## ഇന്നും വിപ്ലവസ്മരണകൾ
## അയവിറക്കി ഒരാൾ

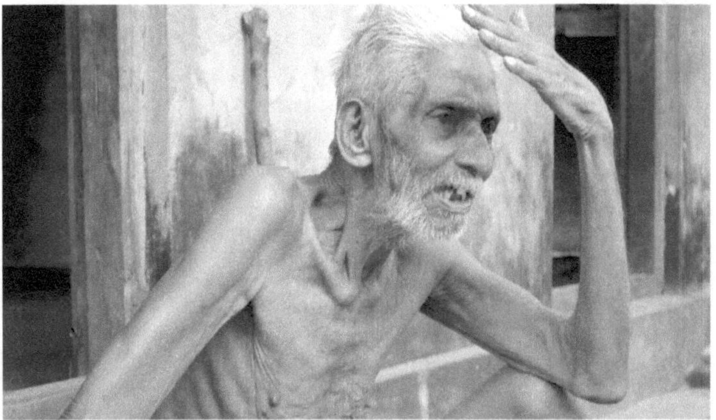

പോണാൽ തങ്കപ്പക്കുറുപ്പ്

**ശൂ**രനാട് കലാപത്തിന്റെ സിരാകേന്ദ്രമായ പാറക്കടവ് ലക്ഷ്യ മാക്കിയാണ് ഞങ്ങളുടെ യാത്ര. ദേശീയപാതയിൽ കരുനാഗപ്പള്ളിക്കും ഓച്ചിറയ്ക്കുമിടയിലുള്ള പുതിയകാവ് എന്ന സ്ഥലത്തുനിന്ന് ചക്കുവള്ളി റൂട്ടിൽ കെ സി റ്റി ജംഗ്ഷനിൽ ഇടത്തോട്ട് തിരിഞ്ഞ് നാല് കിലോമീറ്റർ സഞ്ചരിച്ചാൽ പാറക്കടവിലെത്താം. ശൂരനാട്ടെ വിസ്തൃത ഭൂപ്രദേശം കാർഷിക സമൃദ്ധിയുടെ മരതകലോകമാണ് സഞ്ചാരിയുടെ കണ്ണുകൾക്ക് സമ്മാനിക്കുന്നത്. പ്രദേശത്തിന്റെ ജീവനാധിയായി പള്ളിക്കലാർ എന്ന ചെറുനദി ചരിത്രത്തെയും പേറി നിശ്ശബ്ദമൊഴുകി കരുനാഗപ്പള്ളിക്കടുത്ത വട്ടക്കായലിൽ നിപതിക്കുന്നു.

കന്നി തുലാം മാസങ്ങളിൽ ആ നാട്ടിൽ ചെല്ലുന്ന ഒരാൾക്ക് ഒരിഞ്ചു പാഴ്ഭൂമി കാണാൻ സാധ്യമല്ല. മുറ്റിത്തഴച്ചുനിൽക്കുന്ന ഏത്ത വാഴകൾ പൂച്ചക്കുട്ടിമാതിരിയുള്ള കായുമായിട്ട് അതിന്റെ മൊയവിന് എലുകതെറ്റിച്ച് കണ്ടിടത്തൊക്കെ പടർന്നു കിടക്കുന്ന കാച്ചിലും കിഴങ്ങും വലിയ നമ്പൂതിരിത്തറവാട്ടിലെ അകത്തമ്മ മാരുടെ മറക്കുടമാതിരിയുള്ള മറുതണ്ടുവന്ന ചേന, ഒരു മരമുണ്ടോ അതിൽ മുളകു കൊടിയുണ്ട്. പഴുതുള്ളിടത്തെല്ലാം മരച്ചീനിയാണ്. വയലിറമ്പിൽ അവിടവിടെ തളിർ വെറ്റിലക്കൊടി. ഒരിളം കാറ്റുവീശിയാൽ ഓളം തല്ലി നിൽക്കുന്ന നെൽവയൽ.

ഇങ്ങനെയാണ് തോപ്പിൽഭാസി തന്റെ *ഒളിവിലെ ഓർമ്മകൾ* എന്ന പുസ്തകത്തിൽ ശൂരനാടിന്റെ കാർഷികസമൃദ്ധിയെ വിവരിച്ചിരിക്കുന്നത്. ഇന്ന് പക്ഷെ ഇളംകാറ്റിൽ ഓളംതല്ലുന്ന നെൽവയലുകളില്ല. അവ മിക്കവാറും തരിശിടുകയോ നികത്തപ്പെടുകയോ ചെയ്തു കഴിഞ്ഞു. തൊടിയിൽ റബ്ബർ മരങ്ങൾ നിർണായകമായ സ്ഥാനം പിടിച്ചുപറ്റിക്ക ഴിഞ്ഞു. എങ്കിലും പഴയ കാർഷികസമൃദ്ധി ഇന്നും ഊനംതട്ടാതെ നില നിൽക്കുന്നുണ്ട്.

പോണാൽ തങ്കപ്പക്കുറുപ്പിന്റെ വീടെവിടെയാണ്?" പാറക്കടവ് ജംഗ്ഷനിൽ ഒരു കടയിൽ ബീഡി തെറുത്തുകൊണ്ടിരുന്ന ഒരാളോട് അന്വേഷിച്ചു. "അക്കാണുന്ന കടയുടെ വശത്തുകൂടിയുള്ള റോഡിലൂടെ ഒരു കിലോമീറ്റർ പോയാൽ മതി" അയാൾ മറുപടി പറഞ്ഞു. ഇതുകണ്ട് ജംഗ്ഷനിൽ പലയിടത്ത് നിന്നിരുന്നവർ ഞങ്ങൾക്കടുത്തെത്തി കുറു പ്പിന്റെ വീട്ടിലേക്കുള്ള വഴി ഒന്നുകൂടി പറഞ്ഞുതന്നു. ഇവിടെയുള്ളവർക്ക് കുറുപ്പ് സുപരിചിതനാണെന്ന് ബോധ്യമായി. ഇന് ആരാണീ തങ്കപ്പക്കു റുപ്പെന്നറിയേണ്ടേ? ശൂരനാട് കലാപത്തിൽ നേരിട്ട് പങ്കെടുത്തവരിൽ ഇന്ന് ജീവിച്ചിരിക്കുന്ന ഒരേയൊരാൾ.

രണസ്മരണകളിരമ്പുന്ന ശൂരനാടെന്ന മണ്ണിലൂടെയാണ് ഞങ്ങ ളിപ്പോൾ നീങ്ങിക്കൊണ്ടിരുന്നത്. ശൂരനാട്ടെ ധീരന്മാരായ കമ്മ്യൂണിസ്റ്റ് സഖാക്കൾ ജന്മിത്തത്തിനും നാടുവാഴിത്തത്തിനുമെതിരെ ധീരമായി പോരാടിയതിന്റെ വായിച്ചും കേട്ടുമറിഞ്ഞ കഥകൾ ഞങ്ങൾക്കുള്ളിലൂടെ മിന്നി മറഞ്ഞുകൊണ്ടിരുന്നു. രണദിവേയുടെ കൽക്കത്താ തിസീസ് രാജ്യമാകെ കെട്ടഴിച്ചുവിട്ട വിപ്ലവക്കൊടുങ്കാറ്റിന്റെ മധ്യതിരുവിതാംകൂറിലെ കർഷകചെറുത്തുനിൽപ്പായിരുന്നു ശൂരനാട് കലാപം. ഗ്രാമങ്ങളിൽ ആധിപത്യം സ്ഥാപിച്ച് നഗരങ്ങളെ വളയുകയെന്ന പാർട്ടി തന്ത്രത്തിന്റെ സ്വാധീനം ശൂരനാട് സംഭവത്തിലും പ്രതിഫലിച്ചിരുന്നു. ജന്മി–കുടിയാൻ ബന്ധത്തിൽ മലബാറും തിരുവിതാംകൂറും തമ്മിൽ ചില വ്യത്യാസങ്ങൾ ഉണ്ടായിരുന്നെങ്കിലും അടിസ്ഥാനപരമായി രണ്ടിടങ്ങളിലും സമ്പത്തിന്റെ കേന്ദ്രീകരണം ഏതാനും ജന്മിമാരുടെ കൈകളിലായിരുന്നു. ഭൂരിപക്ഷം വരുന്ന സാധാരണ കർഷകരും കർഷക തൊഴിലാളികളും പട്ടിണിക്കാരാ

യിരുന്നു. മധ്യ തിരുവിതാംകൂറിൽ കമ്യൂണിസ്റ്റ് പാർട്ടിക്ക് ശക്തമായ സ്വാധീനം ഉണ്ടായിരുന്ന പ്രദേശമായിരുന്നു മാവേലിക്കരതാലൂക്ക്, പ്രത്യേ കിച്ച് വള്ളികുന്നു പ്രദേശം. തോപ്പിൽഭാസി, ശങ്കരനാരായണൻ തമ്പി, കാമ്പിശ്ശേരി കരുണാകരൻ, കേശവൻ പോറ്റി, പുതുപ്പള്ളി രാഘവൻ, എൻ ശ്രീധരൻ തുടങ്ങിയവരുടെ പ്രവർത്തനസ്വാധീനം വള്ളികുന്നിനോട് ചേർന്നു കിടക്കുന്ന ശൂരനാട്ടും പ്രകടമായി. ഇതിന്റെ ഭാഗമായിട്ടാണ് ശൂര നാട്ടെ യുവാക്കൾ ജന്മിത്തത്തിനും അതിനൊത്താശ ചെയ്യുന്ന ഭരണ കൂടത്തിന്റെ നെറികേടിനുമെതിരെ പോരാട്ടം നടത്തിയത്.

ഗ്രാമീണ ഭംഗി വിട്ടൊഴിയാത്ത ഒരു പ്രദേശമാണ് ശൂരനാടിന്നും. നാട്ടിൽ മൊത്തത്തിലുണ്ടായ മാറ്റത്തിന്റെ ലക്ഷണങ്ങൾ പ്രകടമാണെ ങ്കിലും പഴയ ഗ്രാമത്തിന്റെ നിഗൂഢസൗന്ദര്യം ഉള്ളിലൊളിപ്പിച്ചാണ് ശൂരനാട് ഇന്നും നിൽക്കുന്നത്. ഇനിയും മാഞ്ഞുപോയിട്ടില്ലാത്ത നാട്ടുവഴികളും വയൽവരമ്പും അവയ്ക്കിരുപുറങ്ങളിലെ ഹരിതാഭയും ആരേയും ആകർഷിക്കും. അതേ സമയം ഇവിടത്തെ ഓരോ മണൽത്ത രിയിലും ഗതകാല വിപ്ലവത്തിന്റെ ധീരസ്മരണകൾ സ്പന്ദിക്കുന്നതായി തോന്നുകയും ചെയ്യും. ടാർ റോഡ് വിട്ട് വെട്ടുറോഡിലെത്തിയ ഞങ്ങൾ ഒന്നുരണ്ട് ചെറുവീടുകൾക്കു പിന്നാമ്പുറത്തു കൂടിയുള്ള ഊടുവഴി യിലൂടെ പോണാൽ തങ്കപ്പക്കുറുപ്പിന്റെ വീട്ടിലെത്തി. രണ്ടുമുറിയും ചായിപ്പുമുള്ള ഓടിട്ട ചെറുവീടിന്റെ പടിയിലിരുന്ന് സായന്തനസമീരനേറ്റ് വിശ്രമിക്കുകയാണദ്ദേഹം. നന്നേ ചടച്ച ദേഹമെങ്കിലും നിശ്ചയദാർഢ്യം സ്ഫുരിക്കുന്ന കണ്ണുകൾ. ഈ കൊച്ചുശരീരത്തിൽ ഒരു സാഹസി കനായ വിപ്ലവകാരി ഉണ്ടായിരുന്നുവെന്ന യാഥാർഥ്യം നമ്മെ അത്ഭുത

ശൂരനാട് ഗ്രാമം

പ്പെടുത്തും. ആയിരം പൂർണചന്ദ്രന്മാരെക്കണ്ട് ശതാഭിഷിക്തനായിട്ടും ഗത കാലസ്മരണകളുടെ ഊർജ പ്രസരിപ്പ് അദ്ദേഹത്തിന് ജീവിതത്തിൽ ഇനിയും മുന്നോട്ടുപോകാൻ കരുത്തു നൽകുന്നതായി തോന്നി.

ശൂരനാട് സംഭവത്തിന്റെ പശ്ചാത്തലവും ഗതിയും വിവരിക്കണ മെന്നു പറഞ്ഞപ്പോൾ അദ്ദേഹം കൂടുതൽ ഊർജസ്വലനായി കാണപ്പെട്ടു. അൽപ്പനേരം ശാന്തനായിരുന്നു. സംഭവങ്ങളെ മനസിൽ അടുക്കിയെടു ക്കുകയാണ്. അത് മുഖത്തുനിന്ന് വായിച്ചറിയാം. ജന്മിത്വനിഷ്ഠുരതയുടെ, കൊടിയ ചൂഷണത്തിന്റെ, പട്ടിണിയുടെ, പൊലീസ് ക്രൂരതയുടെ അര ക്ഷിതത്വത്തിന്റെ ഭീകരദിനങ്ങളെ, ധീരമായ ചെറുത്തുനിൽപ്പിന്റെ, ജീവ ത്യാഗത്തിന്റെ ഐതിഹാസികമായ അനുഭവമാണ് അദ്ദേഹം ഞങ്ങൾ ക്കു മുന്നിൽ വിവരിച്ചത്.

*ഉള്ളന്നൂർ കുളം*

പരക്കെ വിശ്വസിക്കുന്നതുപോലെ ശൂരനാട് സംഭവം കുളത്തിൽ നിന്ന് മീൻ പിടിച്ചതിനെത്തുടർന്ന് മാത്രം ഉണ്ടായതല്ല. ജന്മിത്തത്തിനെ തിരെയും ജന്മിമാരുടെ നെറികേടുകൾക്ക് ചൂട്ടുപിടിക്കുന്ന പൊലീസിനെ തിരെയും ദശാബ്ദങ്ങളായി സാധാരണ മനുഷ്യരുടെ ഉള്ളിൽ നീറിപ്പുക ഞ്ഞുകൊണ്ടുനിന്ന പകയുടെ പൊട്ടിത്തെറിയായിരുന്നു. ഇവിടത്തെ കൃഷിഭൂമിയുടെ തൊണ്ണൂറുശതമാനവും ഒന്നോ രണ്ടോ ജന്മികുടുംബ ങ്ങളുടെ വകയായിരുന്നു. അതിൽ പ്രധാനികളായിരുന്നു തെന്നല കുടും ബക്കാർ. (കോൺഗ്രസ് നേതാവ് തെന്നല ബാലകൃഷ്ണപിള്ളയുടെ അച്ഛന്റെ കുടുംബം) നാട്ടിലെ ബഹുഭൂരിപക്ഷം പേരും ജന്മിമാരുടെ കൃഷി യിടങ്ങളിൽ പണിക്കുപോകുന്നവരോ ജന്മിമാരിൽനിന്ന് പാതിവാരത്തിന് (മൊത്തം വിളവിന്റെ പകുതി നൽകണമെന്ന പാട്ടവ്യവസ്ഥ) ഭൂമിയെടുത്ത് കൃഷി ചെയ്യുന്ന ചെറുകിട കൃഷിക്കാരോ ആയിരുന്നു. രാവിലെ ആറുമണി

മുതൽ വൈകിട്ട്‌ ആറുമണിവരെ പണിയെടുക്കണം. അങ്ങനെ പണി
യെടുത്താൽ കിട്ടുന്ന ആണാളിന്‌ 'ഇടങ്ങഴി' നെല്ലും പെണ്ണാളിന്‌ മുക്കാ
ലിടങ്ങഴി നെല്ലുമാണ്‌. പറയർ, കുറവർ, പുലയർ മുതലായ വിഭാഗം പണി
ക്കാർക്ക്‌ മുറ്റത്ത്‌ പാളയിൽ വാഴയില വച്ച്‌ ഒരു നേരം കഞ്ഞികൊടുക്കും.
ചിലപ്പോൾ ചക്കയോ മരിച്ചീനിയോ കാണും. ശക്തമായ ജാതിവിവേചനം
നിലനിന്നിരുന്നു. ഈഴവരും ഹരിജനങ്ങളും ജന്മിമാരെ തമ്പുരാനെന്നും
പാവപ്പെട്ട മുസ്ലീങ്ങളും ക്യസ്ത്യാനികളും അങ്ങുന്ന്‌ എന്നും വിളിച്ചിരുന്നു.
ജന്മിമാർ തങ്ങളുടെ ആശ്രിതരായ പുലയരെയും പറയരെയും അടിയ
റന്മാരായിട്ടാണ്‌ കണക്കാക്കിയിരുന്നത്‌. അവർക്ക്‌ ഇവരെ തല്ലുന്നതിന്‌
അവകാശമുണ്ടായിരുന്നു. ഇതാരും ചോദ്യം ചെയ്തിരുന്നില്ല. ഓരോ ജന്മി
കുടുംബവും ഗുണ്ടകളെ പോറ്റി വളർത്തിയിരുന്നു. നാട്ടുപ്രമാണിമാരുടെ
ആജ്ഞാശക്തിക്കു വിധേയമായിട്ടാണ്‌ അന്നൊക്കെ ശൂരനാട്‌ ചലിച്ചിരു
ന്നത്‌. സുഖസമൃദ്ധമായ ജീവിതം ജന്മികുടുംബങ്ങളിൽ മാത്രമേ ഉണ്ടാ
യിരുന്നുള്ളൂ. മിക്ക വീട്ടിലും മുഴുപ്പട്ടിണിയോ അർധപട്ടിണിയോ ആയി
രുന്നു. പഞ്ഞമാസങ്ങളിൽ വിശപ്പടക്കിയിരുന്നത്‌ ചേമ്പിന്റെ താള്‌, പയ
റിന്റെ ഇല, മടന്തയില, വാഴച്ചൊട്ട എന്നിവ വേവിച്ച്‌ തിന്നാണ്‌.

അന്ന്‌ ശൂരനാടിന്‌ വടക്കുള്ള വള്ളികുന്നത്ത്‌ കമ്യൂണിസ്റ്റ്‌ പാർട്ടി
യുടെ പ്രവർത്തനമുണ്ട്‌. രഹസ്യപ്രവർത്തനമാണ്‌. തോപ്പിൽഭാസി,
കാമ്പിശ്ശേരി കരുണാകരൻ, പുതുപ്പള്ളി രാഘവൻ എന്നിവരാണ്‌ നേതാ
ക്കന്മാർ. ഇവരെല്ലാം ചേർന്ന്‌ ജനാധിപത്യ യുവജന സംഘം എന്നൊരു
സംഘടന രൂപീകരിച്ചിരുന്നു. ഈ സംഘടനയുടെ മറവിലാണ്‌ കമ്യൂ
ണിസ്റ്റ്‌ പാർട്ടി പ്രവർത്തനം നടത്തിയിരുന്നത്‌. നാട്ടിലെ ജന്മിമാരുടെ അക്ര
മത്തിനെതിരെയും ചൂഷണത്തിനെതിരെയും ഈ സംഘടന ശബ്ദ
മുയർത്തിയിരുന്നു. ഇവിടെയുള്ള നടയിൽ വടക്കതിൽ പരമുനായരും പര
മേശ്വരൻ പോറ്റിയും ചേർന്ന്‌ പാറക്കടവിലും ജനാധിപത്യ യുവജന
സംഘത്തിന്റെ യൂണിറ്റ്‌ ഉണ്ടാക്കി.

ഇത്‌ തെന്നല കുടുംബക്കാർക്കും അവരുടെ ശിങ്കിടികൾക്കും
രസിച്ചില്ല. ഇതിന്റെ പേരിൽ ചില കശപിശയൊക്കെ ഉണ്ടായി..
അതിനിടയിൽ ജനാധിപത്യയുവജന സംഘത്തിന്റെ നേതൃത്വത്തിൽ ഒരു
ഘോഷയാത്ര സംഘടിപ്പിച്ചു. മൊത്തം പതുമൂന്ന്‌ പേരാണ്‌ അതിൽ
പങ്കെടുത്ത്‌. ശൂരനാട്ടെ ചെറുപ്പക്കാർ ഇങ്ങനെയൊരു സംഘടന
രൂപീകരിക്കുന്നതിന്‌ പ്രചോദനമായത്‌ പുന്നപ്ര-വയലാർ സംഭവങ്ങളും
കല്ലറ-പാങ്ങോട്‌ സംഭവങ്ങളുമാണ്‌. വടക്കൻ കേരളത്തിലെ ഇത്തരം
സമരങ്ങൾ സാധാരണ ജനങ്ങളിൽ കാര്യമായി എത്തിയിരുന്നില്ല.
മുകളിൽ സൂചിപ്പിച്ച ജാഥയ്ക്ക്‌ കൂടുതലൊന്നും മുന്നോട്ടു പോകാനായില്ല.
തെന്നലക്കാരുടെ ഗുണ്ടകൾ ജാഥയെ ആക്രമിച്ച്‌ കൊടിപിടിച്ചു വാങ്ങി
ചവിട്ടിയൊടിച്ചു. ജാഥാംഗങ്ങളെ പിടിച്ചു തള്ളി. അന്ന്‌ ശൂരനാട്ട്‌ പാർട്ടി
സെൽ ഉണ്ട്‌. നടേവടക്കേതിൽ പരമുനായരാണ്‌ പാർട്ടി സെൽ സെക്രട്ടറി.
തെന്നല പിള്ളമാരുടെ ഗുണ്ടകൾ ജാഥ പൊളിച്ച വിവരം വള്ളികുന്ന

ത്തറിഞ്ഞു. എങ്കിൽ ശൂരനാട്ടൊരു ജാഥ നടത്താൻ തന്നെ വള്ളി കുന്നത്തെ പാർട്ടി യൂണിറ്റ് തീരുമാനിച്ചു. സ. പേരൂർ മാധവൻ പിള്ളയുടെ നേതൃത്വത്തിൽ കുറച്ചു സഖാക്കൾ പാറക്കടവ് ജംഗ്ഷനിൽ എത്തി. എല്ലാവരുടെ കൈയിലും ബലമുള്ള കമ്പിൽ കെട്ടിയ കൊടി ഉണ്ടായി രുന്നു. കരുനാഗപ്പള്ളിയിൽ നിന്ന് വിദ്യാർഥി നേതാവായ എ പി കളയ്ക്കാ ടിന്റെ നേതൃത്വത്തിലും കുറച്ചു വിദ്യാർഥികൾ പ്രകടനത്തിനെത്തി. ഇവർക്കൊപ്പം ശൂരനാട്ടെ സഖാക്കളും കൂടി. അവർ തലയുയർത്തിപ്പിടിച്ച് കൈവീശി മുദ്രാവാക്യം വിളിച്ച് ജാഥ നടത്തി. ജന്മിയുടെ ആളുകളും ഗുണ്ടകളും ജാഥയെ തടയാൻ ശ്രമിച്ചു. ജാഥയെ തടയാൻ ശ്രമിച്ച പലർക്കും ജാഥക്കാരുടെ കൈക്കരുത്ത് അനുഭവിക്കേണ്ടി വന്നു. തമ്പുരാന്റെ ശിങ്കിടികളിൽ പലരും മേലുനൊന്തപ്പോൾ ഓടിരക്ഷപ്പെട്ടു. ഓടിപ്പോയ പലരും ജന്മിമാരുടെ ചെവിയിൽ എരിവും പുളിയും ചേർത്ത കഥകൾ പറഞ്ഞുകൊടുത്തു. ഇനി കൂലിപ്പടയെ കൊണ്ട് യുവാക്കളെ ചെറുക്കാനാവില്ലെന്ന് അവർക്കും ബോധ്യമായി. നാട്ടിലെ ചെറുപ്പക്കാരെ കള്ളക്കേസിൽ കുടുക്കുകയെന്ന തന്ത്രമാണ് ജന്മിമാർ സ്വീകരിച്ചത്. ജനാധിപത്യയുവജന സംഘത്തിലെ അംഗങ്ങൾക്കെതിരെയും ജന്മി മാരെ എതിർക്കുന്നവർക്കെതിരെയും അടൂർ പൊലീസ് സ്റ്റേഷനിൽ കേസു കൊടുത്തു. അടൂർ സ്റ്റേഷനിൽ നിന്ന് പൊലീസുകാർ ഇടയ്ക്കി ടയ്ക്ക് യുവാക്കളെ തപ്പാൻ ശൂരനാട്ടെത്തും. പൊലീസ് വരുന്ന വിവര മറിയുമ്പോൾ ചെറുപ്പക്കാർ തൊട്ടടുത്ത സ്ഥലമായ പാവുമ്പയിലേക്കോ പള്ളിക്കലേക്കോ മാറിനിൽക്കും. പൊലീസുകാർ തന്നല വീട്ടിലെത്തി മൃഷ്ടാനം ഭക്ഷണം കഴിച്ച് ജന്മികൊടുക്കുന്ന കൈമടക്കും വാങ്ങി തിരിച്ചു പോകും.

ഇതിനിടയിൽ മറ്റൊരു സംഭവമുണ്ടായി. 'കെഴകെട' വയലിനടുത്ത് 'ഉള്ളന്നൂർകുളം' എന്നൊരു കുളമുണ്ട്. ഏക്കർ കണക്കിന് വിസ്തീർണ മുള്ള ഒരു കുളമാണത്. ഇന്നിപ്പോൾ കുളത്തിന്റെ ഭൂരിഭാഗവും നികത്ത പ്പെട്ടു. നാട്ടുകാർ കുളിക്കുന്നതിനും മീൻപിടിക്കുന്നതിനും കാലികളെ കുളിപ്പിക്കുന്നതിനും ഉപയോഗിക്കുന്ന കുളമായിരുന്നു അത്. പണിയി ല്ലാത്ത സമയത്ത് പാവപ്പെട്ട കർഷകത്തൊഴിലാളികൾ ഈ കുളത്തിൽ നിന്ന് മീൻപിടിച്ച് വിൽക്കുമായിരുന്നു. കുളം സർക്കാർ പുറമ്പോക്കിലാണ് സ്ഥിതി ചെയ്യുന്നത്. പാരമ്പര്യമായി നാട്ടുകാർ വിവിധ ആവശ്യങ്ങൾക്കാ യി കുളം ഉപയോഗിച്ചുവന്നു. പാവപ്പെട്ട നാട്ടുകാരുടെ ഉപജീവനമാർഗ മായ കുളം 'കണ്ട പറയനും പുലയനുമൊക്കെ' തന്നിഷ്ടം ഉപയോഗിക്കു ന്നത് തെന്നല, തറയിൽ എന്നീ ജന്മികുടുംബങ്ങൾക്ക് രസിച്ചില്ല. ജന ങ്ങളെ പട്ടിണിക്കിടാനായി അവർ ഒരു തന്ത്രം പ്രയോഗിച്ചു. കുന്നത്തൂർ തഹസീൽദാരെക്കൊണ്ട് കുളത്തിലെ മീൻപിടുത്തവകാശം രഹസ്യമായി ലേലം ചെയ്യിച്ചു. വടക്കേക്കര വേലുപ്പിള്ള എന്നയാളാണ് കുളം ലേല ത്തിൽ പിടിച്ചത്. അയാൾ തെന്നലക്കാരുടെ അടുത്ത ആളായിരുന്നു.

കുളം ലേലം ചെയ്ത വിവരം നാട്ടുകാരറിഞ്ഞു. അവർ കമ്യൂണിസ്റ്റ്

പാർട്ടി നേതാക്കളുടെ സാന്നിധ്യത്തിൽ യോഗം ചേർന്നു. സാധാരണ ചെയ്യുന്നതുപോലെ കുളത്തിൽ നിന്ന് മീൻപിടിക്കണമെന്ന് തീരുമാനിച്ചു. മഠത്തിൽ ഭാസി യോഗത്തിൽ മുദ്രാവാക്യം മുഴക്കി. മറ്റുള്ളവർ ഏറ്റു വിളിച്ചു. ജന്മിവർഗത്തിനെതിരെയുള്ള മധ്യതിരുവിതാംകൂറിലെ ആദ്യത്തെ ഇടിമുഴക്കമായിത്തീർന്നു അത്. 1949 ഡിസംബർ 29 ന് നാട്ടു കാർ സംഘടിതമായി കുളത്തിലിറങ്ങി മീൻ പിടിച്ചു. യഥാർഥത്തിൽ മീൻ പിടിച്ചില്ല. പ്രതീകാത്മകമായി മീൻ പിടിക്കുന്നതായി ഭാവിച്ച് കുളം അടി ച്ചുകലക്കിയതേയുള്ളൂ. എന്തായാലും ഈ സംഭവം തെന്നല തറവാട്ടു കാരുടെ മുഖത്തേറ്റ അടിയായിപ്പോയി. നാണക്കേടുണ്ടാക്കിയ ഈ സംഭവം അവരിൽ പ്രതികാരം വർധിപ്പിച്ചു. പിറ്റേദിവസം തന്നെ കാര്യ സ്ഥനെ അടൂർ പൊലീസ് സ്റ്റേഷനിലേക്ക് പറഞ്ഞുവിട്ടു. അയാൾ സ്റ്റേഷനിൽ നിന്നുതന്നെ കടലാസ് വാങ്ങി റൈറ്റർ പറഞ്ഞുകൊടുത്ത പ്രകാരം പരാതി എഴുതിക്കൊടുത്തു. അന്നൊക്കെ കമ്യൂണിസ്റ്റുകാർക്കെ തിരെ പരാതികൊടുക്കുമ്പോൾ "ചട്ടമ്പികളും എന്തുംചെയ്യാൻ മടിയി ല്ലാത്തവരും സർവോപരി കമ്യൂണിസ്റ്റുകളുമാണ്" എന്നു ചേർക്കും. ഇവി ടെയും ഇതാവർത്തിക്കുകയുണ്ടായി.

തോപ്പിൽ ഭാസി  കെ ശങ്കരനാരായ  പുതുപ്പള്ളി  എൻ ശ്രീധരൻ
ണൻ തമ്പി  രാഘവൻ

പിറ്റേദിവസം, ശൂരനാടിന്റെ ചരിത്രത്തിലെ അവിസ്മരണീയ ദിന മായി മാറി. 1949 ഡിസംബർ മുപ്പത്തിയൊന്ന് വൈകുന്നേരം നാലു മണിയടുപ്പിച്ച് രണ്ടു കാറുകളിലായി അടൂർ പൊലീസ് സ്റ്റേഷനിൽ നിന്ന് എസ് ഐ മാത്യുവിന്റെ നേതൃത്വത്തിൽ ഒരു സംഘം പൊലീസുകാർ ശൂരനാട്ടെത്തി. അവർ ഇരുട്ടു വീഴുന്നതുവരെ തെന്നല വീട്ടിൽ തങ്ങി. തീനുംകുടിയും ബഹുപൂരമായി നടന്നു. ഇതിനിടയിൽ പോലീസുകാർ വന്ന കാറുകളിലൊന്ന് കുറെ പൊലീസുകാരുമായി തിരിച്ചുപോയി. പൊലീസ് സ്ഥലത്തെത്തിയ വിവരമറിഞ്ഞ് ആണുങ്ങളെല്ലാം വീടുകളിൽ നിന്നും മാറിയിരുന്നു. രാത്രി പത്തുമണിയോടടുപ്പിച്ച് എസ് ഐ മാത്യുവും നാലു പൊലീസുകാരും ജന്മിഗുണ്ടകളും പുറത്തിറങ്ങി. അവർ വീടുകളിൽ കയറി സ്ത്രീകളെയും കുട്ടികളെയും ഉപദ്രവിക്കാനും വീട്ടു സാധനങ്ങൾ നശിപ്പിക്കാനും തുടങ്ങി. വീട്ടിലുള്ളവരെ പൊലീസ് തെറി

കൊണ്ട് അഭിഷേകം ചെയ്തു. നടന്നുനടന്ന് അവർ പായിക്കാട്ട് പര
മേശ്വരൻ നായരുടെ വീട്ടിലെത്തി. അയാളുടെ അമ്മയും സഹോദരിയും
ഭർത്താവ് ഗോപാലപിള്ളയുമാണ് ആ വീട്ടിൽ താമസിക്കുന്നത്. പൊലീസ്
ചെല്ലുമ്പോൾ സ്ത്രീകൾ മാത്രമെ വീട്ടിലുണ്ടായിരുന്നുള്ളൂ. മദ്യലഹരിയി
ലായിരുന്ന പൊലീസുകാരും ഗുണ്ടകളും സ്ത്രീകളെ ഉപദ്രവിച്ചു. അവർ
വലിയവായിൽ നിലവിളിക്കാൻ തുടങ്ങി. സ്ത്രീകളുടെയും കുട്ടികളു
ടെയും കരച്ചിൽകേട്ട് മാറിനിന്നിരുന്ന പുരുഷന്മാർ ഓടിയെത്തി. പൊലീസ്
അവർക്കു നേരെ തിരിഞ്ഞു. ഇത് പൊലീസുമായുള്ള സംഘട്ടത്തിൽ
കലാശിച്ചു. നാട്ടുകാരുടെ കൈയിൽ വെട്ടുകത്തിയും വടിയുമൊക്കെയു
ണ്ടായിരുന്നു. ഒരു തോക്കേ പൊലീസിന്റെ കൈയിലുണ്ടായിരുന്നുള്ളൂ.
സംഘട്ടനത്തിനിടയിൽ നാട്ടുകാരാരോ തോക്ക് പിടിച്ചുവാങ്ങി. അങ്ങോട്ടു
മിങ്ങോട്ടും പൊരിഞ്ഞ തല്ല് നടന്നു. ഇതിനിടയിൽ എസ്.ഐ. മാത്യുവിന്
വെട്ടുകൊണ്ടു. മറ്റ് മൂന്ന് പൊലീസുകാർ അടിയും ഇടിയുമേറ്റ് മരിച്ചു.
ഉള്ളന്നൂർ കുളത്തിനടുത്തു വയലിനക്കരെയുള്ള ഇടവഴിയിൽ വച്ചാണ്
സംഘട്ടനം നടന്നത്. രണ്ടുവശത്തുനിന്നും ആളുകൾ ഓടിഎത്തിയതി
നാലും ഇരുപുറവും ഉയർന്ന കയ്യാല ഉണ്ടായിരുന്നതിനാലും പൊലീ
സുകാർക്ക് ഓടി രക്ഷപ്പെടാൻ കഴിഞ്ഞില്ല. കരുതിക്കൂട്ടിയുള്ള ഒരാക്രമ
ണമായിരുന്നില്ല പൊലീസിനു നേരെ നടത്തിയത്. വീടുകളിൽ കയറി
സ്ത്രീകളെ ഉപദ്രവിച്ചതാണ് നാട്ടുകാരെ പ്രകോപിപ്പിച്ചത്.

പിറ്റേന്നു നാടുണർന്നത് ശൂരനാട്ട് സംഭവം കേട്ടുകൊണ്ടാണ്.
നൂറുകണക്കിന് പൊലീസുകാർ ശൂരനാട്ടെത്തി ഓരോവീടും അരിച്ചു
പെറുക്കി. വീട്ടുപകരണങ്ങൾ നശിപ്പിച്ചു. സ്ത്രീകളെയും കുട്ടികളെയും
ഉപദ്രവിച്ചു. അങ്ങനെ മാസങ്ങൾ നീണ്ടുനിന്ന പൊലീസ് നരനായാട്ടിന്
തുടക്കം കുറിച്ചു. സി സി 1/50 എന്ന പേരിൽ അടൂർ പൊലീസ് കേസെ
ടുത്ത് അന്വേഷണം ആരംഭിച്ചു. തിരു–കൊച്ചി മുഖ്യമന്ത്രിയായിരുന്ന
ടി കെ നാരായണപിള്ള 1950 ജനുവരി ഒന്നിന് രാവിലെ തന്നെ ശൂരനാ
ട്ടെത്തി. തെന്നല വീട്ടുകാരുടെ ആതിഥ്യം സ്വീകരിച്ച് തറവാട്ടിൽ തങ്ങി.
പൊലീസ് നരനായാട്ടിന് നേതൃത്വം നൽകി. ജ്വലിച്ചുനിന്ന സൂര്യനെ
സാക്ഷിയാക്കി അദ്ദേഹം പ്രഖ്യാപിച്ചു: "ശൂരനാടെന്നൊരു നാടിനി
വേണ്ട." ഇരുപത്തിയാറ് പേരെയാണ് പ്രതി ചേർത്തത്. ഒന്നാംപ്രതി
തോപ്പിൽ ഭാസിയായിരുന്നു. രണ്ടാംപ്രതി ആർ ശങ്കരനാരായണ
തമ്പിയും പോണൽ ശങ്കരക്കുറുപ്പ് ഒൻപതാം പ്രതിയുമായിരുന്നു.
പൊലീസിനെ ഭയന്ന് പലരും നാടുവിട്ടു. കൈയിൽകിട്ടിയവരെ ഏറ്റവും
പൈശാചികമായിട്ടാണ് പൊലീസ് മർദിച്ചത്. പ്രതികളെ മർദിക്കുന്നതിന്
സർക്കാർ പൊലീസുകാർക്ക് സ്വാതന്ത്ര്യം നൽകി. അടൂർ പൊലീസ്
സ്റ്റേഷൻ ലോക്കപ്പ് കൊലയറയായി മാറി. ലോക്കപ്പിലെ ക്രൂരമർദനത്തി
നിരയായി അവിടെ വെച്ചുതന്നെ അഞ്ച് സഖാക്കൾ മരിച്ചു. ആദ്യം
മർദനം മൂലം കൊലചെയ്യപ്പെട്ടത് തണ്ടാശ്ശേരി രാഘവനാണ്. അത് 1950
ജനുവരി പതിനെട്ടിനായിരുന്നു. ഇതിനാലാണ് ശൂരനാട് രക്തസാക്ഷി

ദിനം എല്ലാവർഷവും ജനുവരി പതിനെട്ടിന്‌ ആചരിക്കുന്നത്‌. തുടർന്ന്‌ കളയ്ക്കാട്ടുതറ പരമേശ്വരൻ നായർ, പായിക്കാലിൽ ഗോപാലപിള്ള, മഠത്തിൽ ഭാസ്കരൻ നായർ, കാഞ്ഞിരപ്പള്ളി വടക്കതിൽ പുരുഷോത്തമ ക്കുറുപ്പ്‌ എന്നിവർ ലോക്കപ്പിൽ വച്ച്‌ മർദനംമൂലം കൊല്ലപ്പെട്ടു. പൊലീസ്‌ മർദിച്ച്‌ വിട്ടയച്ച മൂന്നുപേർ പിന്നീട്‌ മരിച്ചു. പുത്തിലേത്ത്‌ വാസുപിള്ള, മലമേൽ കൃഷ്ണപിള്ള, കാട്ടൂർ ജനാർദനൻ നായർ എന്നിവരാണവർ. ചാലിത്തറ കുഞ്ഞച്ചൻ, പായിക്കാലിൽ രാമൻനായർ എന്നിവരെ പൊലീസ്‌ കസ്റ്റഡിയിലെടുത്തെങ്കിലും പിന്നീടവരെക്കുറിച്ച്‌ യാതൊരു വിവരവും ലഭിച്ചിട്ടില്ല. പൊലീസ്‌ മർദിച്ചുകൊന്നു രഹസ്യമായി മറവു ചെയ്തിട്ടുണ്ടാകാമെന്ന്‌ നാട്ടുകാർ വിശ്വസിക്കുന്നു. അങ്ങനെ ശൂരനാട്‌ സംഭവത്തിൽ മൊത്തം പത്തുപേർ രക്തസാക്ഷികളായി.

പോണാൽ തങ്കപ്പക്കുറുപ്പ്‌ ഒൻപതാം പ്രതിയായിരുന്നല്ലോ. ഇദ്ദേഹ ത്തിന്‌ പാറക്കടവ്‌ ചന്തയിൽ ചായക്കച്ചവടമായിരുന്നു. ചായക്കടയിലേക്ക്‌ പാൽ നൽകുന്നത്‌ പാർട്ടിയുടെ ശൂരനാട്‌ യൂണിറ്റ്‌ സെക്രട്ടറിയായിരുന്ന നടേവടക്കതിൽ പരമുനായരായിരുന്നു. ഇദ്ദേഹമാണ്‌ തങ്കപ്പൻ പിള്ളയ്ക്ക്‌ പാർട്ടി മെമ്പർഷിപ്പ്‌ കൊടുക്കുന്നത്‌. പാറക്കടവ്‌ ചന്തപ്പിരിവ്‌ ലേലത്തിൽ പിടിച്ചിരുന്നത്‌ മാനേജർ കുഞ്ഞുകൃഷ്ണപിള്ള എന്നയാളാണ്‌. ഇയാൾ തെന്നലപിള്ളമാരുടെ ശിങ്കിടിയും കോൺഗ്രസ്‌ അനുഭാവിയുമായിരുന്നു. പരമുനായർ കമ്മ്യൂണിസ്റ്റായതുകൊണ്ട്‌ പാൽ വാങ്ങരുതെന്ന്‌ തങ്കപ്പക്കു റുപ്പിനോട്‌ കുഞ്ഞുകൃഷ്ണപിള്ള ആവശ്യപ്പെട്ടു. ഇത്‌ തങ്കപ്പക്കുറുപ്പ്‌ നിര സിച്ചു. കുറുപ്പിനെ കേസിൽക്കുടുക്കാൻ തെന്നലക്കാരെ പ്രകോപിച്ച ഒരു പ്രധാനഘടകം കുറുപ്പിന്റെ കമ്മ്യൂണിസ്റ്റ്‌ ബന്ധമാണ്‌. പ്രതികളെ പിടി ക്കാനെന്ന വ്യാജേന നാട്ടിൽ പൊലീസ്‌ തേർവാഴ്ച ആരംഭിച്ചു. പിടി കൊടുക്കാതെ തങ്കപ്പക്കുറുപ്പ്‌ ഒളിവിൽപ്പോയി. ആദ്യം പല ബന്ധുവീടു കളിലും ചെന്നെങ്കിലും അവർ പൊലീസിനെ ഭയന്ന്‌ അഭയം നൽകിയില്ല. തുടർന്ന്‌ പുനലൂരെത്തി. അവിടെനിന്ന്‌ ട്രെയിൻ കയറി കഴുതുരുട്ടി എന്ന സ്ഥലത്ത്‌ തങ്ങി. ഉപജീവനത്തിനായി പണിയന്വേഷിച്ചു. കിട്ടിയത്‌ വിറക്‌ ചുമക്കുന്ന പണിയാണ്‌. അതിൽ താൽപ്പര്യമില്ലാതെ വന്നപ്പോൾ പുന ലൂരെത്തി, പേപ്പർ മില്ലിൽ ഈറ്റ ചുമക്കുന്ന പണി കിട്ടി. ഇതിനിടയിൽ കുറുപ്പിനെ കിട്ടാതെ വന്നപ്പോൾ പൊലീസ്‌ കുറുപ്പിന്റെ അച്ഛൻ പരമു ക്കുറുപ്പിനെ കൊണ്ടുപോയി ലോക്കപ്പിലടച്ചു. അവിടെയിട്ട്‌ ക്രൂരമായി മർദിക്കാനും ആരംഭിച്ചു. ഇത്‌ കുറുപ്പിന്റെ സമനില തെറ്റിക്കുന്ന സംഭവ മായിരുന്നു. നേരെ അടൂർ സ്റ്റേഷനിലെത്തി എസ്‌ ഐ യോട്‌ പറഞ്ഞു എന്നെ ലോക്കപ്പ്‌ ചെയ്തിട്ട്‌ അച്ഛനെ പുറത്തുവിടണം. നെറികെട്ട എസ്‌ ഐ എന്തുചെയ്തതെന്നറിയാമോ? കുറുപ്പിന്റെ അച്ഛനെ മോചിപ്പി ക്കുന്നതിനു പകരം അച്ഛനെയും മകനെയും പരസ്പരം ചെകിടത്തടി ക്കാൻ അയാൾ ആജ്ഞാപിച്ചു. ആദ്യം മടിച്ചു നിന്നു. പക്ഷെ കൊടിയ മർദനവും ഭീഷണിയും തുടർന്നുണ്ടായി. ഗത്യന്തരമില്ലാതെ കുറുപ്പും

അച്ഛനും പരസ്പര ചെകിടത്തടിക്കാൻ തുടങ്ങി. അടിയുടെ ഫലമായി രണ്ടുപേരുടെയും ചെവിയിൽനിന്ന് രക്തം വാർന്നുതുടങ്ങി. എന്നിട്ടും അടിതുടർന്നു. കുറേക്കഴിഞ്ഞപ്പോൾ ബോധരഹിതരായി രണ്ടുപേരും നിലംപതിച്ചു. പൊലീസ് ക്രൂരതയുടെ ഒരു ഉദാഹരണം മാത്രമാണിത്.

പൊലീസുകാർ മർദിച്ചുകൊന്ന പായിക്കാട്ട് ഗോപാലപിള്ളയുടെ ഭാര്യയോടും കുട്ടിയോടും പൊലീസ് കാട്ടിയ ക്രൂരത ഏതൊരു മനുഷ്യ ന്റെയും മനസ്സാക്ഷിയെ ഞെട്ടിക്കും. ഗോപാലപിള്ളയെയും അളിയൻ പരമേശ്വരൻ നായരെയും അന്വേഷിച്ച് പൊലീസ് പായിക്കാട്ട് വീട്ടിലെത്തി. ഇവർ രണ്ടും എവിടെയാണ് ഒളിച്ചിരിക്കുന്നതെന്ന് പൊലീസിനോട് പറ യണം. വീട്ടിലിരിക്കുന്ന സ്ത്രീകൾക്കും കുട്ടികൾക്കും ഇതുവല്ലതുമറി യാമോ? അവർ നിസ്സഹായത വെളിപ്പെടുത്തി. നിഷ്ഠൂരനായ എസ് ഐ ഗോപാലപിള്ളയുടെ രണ്ടു വയസുള്ള പെൺകുട്ടിയെ തൂക്കിയെടുത്ത് അടുത്തുള്ള കുളത്തിലേക്ക് കൊണ്ടുപോയി. നെഞ്ചത്തടിച്ചുകൊണ്ട് തള്ള പുറകേ എത്തി. എസ് ഐ കുട്ടിയെ വെള്ളത്തിൽ മുക്കി കുറേ നേരം വയ്ക്കും. ശ്വാസംകിട്ടാതെ കുട്ടി പുളയുമ്പോൾ പുറത്തെടുക്കും. പിന്നെയും ആവർത്തിക്കും. ഇതിനിടയിൽ ഒളിവിൽപ്പോയവരുടെ വിവരം ചോദിക്കും. അവസാനം ആ അമ്മയുടെ ചെകിടത്ത് ആഞ്ഞൊരടിയായി രുന്നു. അടികൊണ്ട് ബോധരഹിതയായി അവർ നിലംപതിച്ചു. അതു പോലെ ചേലക്കാട്ട് കുഞ്ഞിരാമൻ നാലാം പ്രതിയായിരുന്നു. നിസ്സഹാ യനായ മനുഷ്യൻ ജീവിതത്തിൽ ഏത് കടുത്ത തീരുമാനവും എടുത്തു പോകും. കുഞ്ഞിരാമന്റെ ഒളിവു ജീവിതത്തിലും അത്തരമൊരു സന്ദർഭ മുണ്ടായി. അഞ്ചലിനടുത്ത ഏരൂരേക്ക് കുഞ്ഞിരാമനും കുടുംബവും ഒളിവിൽപ്പോയി. കുഞ്ഞിരാമനെ കൂടാതെ ഭാര്യയും ആറുമക്കളുമുണ്ട്. അന്നൊരു ദിവസം റോഡരികിലെ വീട്ടുകാരുടെ ദാക്ഷിണ്യത്തിൽ അവ രുടെ എരുത്തിൽത്തിണ്ണയിലാണ് അന്തിയുറങ്ങിയത്. കുട്ടികൾ ഉറക്ക മായപ്പോൾ കുഞ്ഞിരാമൻ ഭാര്യയെ വിളിച്ച് ഒരു കടുത്ത തീരുമാനം പറഞ്ഞു. ഭാര്യക്ക് ആ സാഹചര്യത്തിൽ അത് അംഗീകരിക്കുകയേ നിവൃ ത്തിയുണ്ടായിരുന്നുള്ളൂ. ഏറ്റവും ഇളയ കുട്ടിയെ മാത്രം എടുത്തുകൊണ്ട് മറ്റ് കുട്ടികളെ ഉപേക്ഷിച്ച് പോകുക. അവർ അങ്ങനെ തന്നെ ചെയ്തു. കോൺഗ്രസുകാരായ ഒറ്റുകാരുടെയും പൊലീസിന്റെയും സർക്കാർ പക്ഷപാതികളുടെയും കണ്ണുവെട്ടിക്കാൻ മറ്റുമാർഗമൊന്നുമില്ലായിരുന്നു. മൂത്തകുട്ടി ഭാർഗവിയും അനുജനും പിച്ചയെടുത്ത് അഞ്ചുതെങ്ങ് കടപ്പു റത്തെത്തി. പിന്നീട് മക്കളെ അന്വേഷിച്ചെത്തിയ കുഞ്ഞിരാമൻ മക്കളെ കണ്ടെടുത്തപ്പോൾ ജ്വരംപിടിച്ച് ബോധമറ്റ അവസ്ഥയിലായിരുന്നു ഭാർഗവി രണ്ടു രാത്രിയും പകലുമെടുത്ത് മകളുടെ തളർന്ന ശരീരം തോളി ലിട്ട് ഏരൂരിലെ ഒളിസങ്കേതത്തിൽ എത്തുമ്പോഴേക്കും കുട്ടി മരിച്ചിരുന്നു. കുട്ടിയുടെ ശവമടക്കുന്ന വേളയിലാണ് പൊലീസ് നാലുപാടും വളഞ്ഞ് കുഞ്ഞിരാമനെ അറസ്റ്റ് ചെയ്തത്.

*ശൂരനാട്‌ രക്തസാക്ഷി മണ്ഡപം*

തങ്കപ്പക്കുറുപ്പിനെ പന്ത്രണ്ടുവർഷത്തെ ജീവപര്യന്തത്തിന്‌ ശിക്ഷിച്ച്‌ തിരുവനന്തപുരം സെൻട്രൽ ജയിലിലടച്ചു. ഏഴുകൊല്ലം മാത്രമേ ജയിൽശിക്ഷ അനുഭവിക്കേണ്ടി വന്നുള്ളൂ. 1957 ലെ കമ്യൂണിസ്റ്റ്‌ മന്ത്രിസഭ മറ്റ്‌ പ്രതികൾക്കൊപ്പം ജയിൽ മോചിതനാക്കി. തുടർന്നുള്ള ദിവസങ്ങളിൽ നാടുനീളെ സ്വീകരണം ലഭിച്ചു. ജയിലിൽപോകുന്നതിനുമുൻപ്‌ ഒരു വിവാഹം കഴിച്ചിരുന്നു. അതിൽ രണ്ട്‌ മക്കൾ ഉണ്ടായിരുന്നു. എന്നാൽ കമ്യൂണിസ്റ്റായ പ്രതിയുടെ ഭാര്യയാകുന്നതിൽ ഇഷ്ടമില്ലാതെ ആദ്യഭാര്യ തങ്കപ്പക്കുറുപ്പിനെ ഉപേക്ഷിച്ചു. പിന്നീട്‌ താമരക്കുളത്തുകാരിയായ രാജമ്മയെ വിവാഹം കഴിച്ചു. ഈ ബന്ധത്തിൽ ഒരു മകളുണ്ട്‌. ഇപ്പോൾ പാറക്കടവിനടുത്ത്‌ മംഗലത്തുപുത്തൻവീട്ടിൽ മകൾക്കും കുടുംബ ത്തിനുമൊപ്പം വിശ്രമജീവിതം നയിക്കുന്നു. 1949 മുതൽ കമ്യൂണിസ്റ്റ്‌ പാർട്ടി അംഗമാണ്‌.

ജന്മിത്തത്തിനെതിരെ ഒരു നാട്ടിലെ ധീരന്മാരായ ചെറുപ്പക്കാർ നട ത്തിയ പോരാട്ടത്തിന്റെയും ജീവത്യാഗത്തിന്റെയും അവരുടെ കുടുംബ ങ്ങൾ അനുഭവിച്ച എണ്ണമറ്റ കഷ്ടനഷ്ടങ്ങളുടെയും ആവേശകരവും അതേസമയം സ്തോഭജനകവുമായ വിവരണം കേട്ട്‌ തങ്കപ്പക്കുറുപ്പിനോട്‌ യാത്രയും ചൊല്ലി ഇറങ്ങിയെ ഞങ്ങളെത്തിയത്‌ കുട്ടിയെന്ന വയോവൃ ദ്ധയായ ദളിത്‌ കർഷകത്തൊഴിലാളിയുടെ മുന്നിലായിരുന്നു. അവരുടെ കുട്ടിക്കാലത്താണ്‌ ശൂരനാട്‌ സംഭവം നടക്കുന്നത്‌. അന്ന്‌ നാട്ടിൽ ജന്മിമാരുടെയും പൊലീസിന്റെയും നേതൃത്വത്തിൽ സൃഷ്ടിച്ച ഭീക രാന്തരീക്ഷം അവരുടെ വാക്കുകളിൽ നിഴലിട്ടു നിന്നിരുന്നു. ഒട്ടുമിക്ക ചെറുപ്പക്കാരും നാട്ടിൽനിന്ന്‌ പലായനം ചെയ്തിരുന്നു. പൊലീസിന്റെ

ഇടിവണ്ടി കാണുമ്പോൾ കയ്യാ ലയ്ക്കലെ കാട്ടിൻമറവിൽ ഒളിച്ചു നിൽക്കുമായിരുന്നു.

പൊലീസും സർക്കാരും ആ രോപിക്കുന്നതുപോലെ ശൂരനാട് സംഭവം യഥാർഥത്തിൽ ഒരു ഗൂ ഡാലോചനയുടെ ഫലമായിരു ന്നില്ല. പൊലീസ് അതിക്രമത്തിൽ നിവൃത്തിയില്ലാതെ നാട്ടുകാർ പെട്ടെന്ന് നടത്തിയ ഒരു തിരി ച്ചടിയായിരുന്നു. കൽക്കത്താ തി

കുട്ടി (കർഷക തൊഴിലാളി)

സീസു കമ്മ്യൂണിസ്റ്റ് പാർട്ടിയുടെ സ്വാധീനവുമൊക്കെ ഇത്തരമൊരു കലാപത്തിന് ആത്മവീര്യം പകർന്നിട്ടുണ്ടെന്നത് യാഥാർഥ്യമാണ്.

## ഓർമപ്പെടുത്തലുകൾ കേവലം കൗതുകത്തിനുവേണ്ടിയുള്ളതല്ല

**കേ**രളത്തിന്റെ ചരിത്രഗതിയെത്തന്നെ ആഴത്തിൽ മാറ്റിമറിച്ച ഏതാനും ധീരോജ്ജലപോരാട്ടങ്ങളുടെ സംക്ഷിപ്ത വിവരണമാണ് മുൻ പേജുകളിൽ സൂചിപ്പിച്ചത്. നാട്ടിൽ നിലനിന്നിരുന്ന ഫ്യൂഡൽ മൂല്യങ്ങ ളോടും അതിനെ അരിയിട്ടുവാഴിക്കുന്ന ഭരണ വ്യവസ്ഥിതിയോടുമുള്ള പ്രതിഷേധത്തിന്റെ പൊട്ടിത്തെറിയാണ് സാഹസികമായ യുവാക്കളിൽ നിന്നുണ്ടായത്. പിന്തിരിഞ്ഞുനോക്കുമ്പോൾ അവരെ സംബന്ധിച്ചിട ത്തോളം ജീവിതത്തിന്റെ ബാക്കിപത്രത്തിൽ ജീവത്യാഗത്തിന്റെയും വ്യക്തിപരമായ കൊടിയ ദുരിതങ്ങളുടെയും വ്രണമുദ്രകളായിരിക്കും മുന്നിട്ടു നിൽക്കുന്നത്. എന്നാൽ ആധുനിക കേരളത്തിന്റെ സൃഷ്ടിയിൽ ഇവരുടെ വിയർപ്പും രക്തവും സീമാതീതമായി പങ്കുവഹിച്ചിട്ടുണ്ട്. നാം കേരളീയരാണെന്ന് അഭിമാനത്തോടെ ശിരസ്സ് ഉയർത്തിപ്പിടിക്കുമ്പോൾ ഇതിനായി വിയർപ്പും രക്തവും ചിന്തിയവരെ വിസ്മരിക്കാൻ പാടില്ല. ചരിത്രമെന്നത് നൂറുകണക്കിന് വീരന്മാരുടെ കൂട്ടായ ത്യാഗത്തിന്റെ സംഘാതരൂപമാണ്. ധാർമകൾ നഷ്ടപ്പെടുകയും ചരിത്രബോധം അനാ വശ്യമായ ഒരു സംജ്ഞയായിത്തോന്നുകയും ചെയ്യുന്ന വർത്തമാന കാല തലമുറയുടെ മുന്നിൽ ഉയർന്നുവരുന്ന പ്രതിസന്ധികളെ തരണം ചെയ്യു ന്നതിന് മാർഗമന്വേഷിക്കുമ്പോൾ ചരിത്രത്തിലേക്കൊരു തിരിഞ്ഞുനോട്ടം നല്ലതാണ്.

ചരിത്രഗതിയെ നിശ്ചയിക്കുന്നത് അതത് കാലത്ത് നിലനിൽക്കുന്ന ഉൽപ്പാദന ബന്ധങ്ങളാണ്. മുൻ പേജുകളിൽ പരാമർശിച്ച സമരങ്ങ ളൊക്കെ പ്രധാനമായും കാർഷികബന്ധാധിഷ്ഠിത വിഷയങ്ങളുമായി ബന്ധപ്പെട്ടുള്ളതായിരുന്നു. കൃഷി, മുഖ്യ ഉപജീവനമാർഗമായിക്കണ്ട ഒരു സമൂഹത്തിൽ കാർഷികമേഖലയുമായി ബന്ധപ്പെട്ട പോരാട്ടങ്ങൾക്ക്

പ്രാമുഖ്യം ലഭിക്കുക സ്വാഭാവികമാണ്. ഇന്ന് കാലം മാറി, ഉൽപ്പാദന ബന്ധങ്ങളിൽ മാറ്റംവന്നു. പുതിയ അധികാരിവർഗം നിലവിൽവന്നു. ഒരു ന്യൂനപക്ഷത്തിൽനിന്ന് മറ്റൊരു ന്യൂനപക്ഷത്തിന്റെ പക്കലേക്ക് സമ്പത്ത് ഒഴുകിയെത്തി. മഹാഭൂരിപക്ഷത്തിന്റെ ജീവിതാവസ്ഥയിൽ കാര്യമായ മാറ്റം വന്നിട്ടില്ല.

അത്യന്തം സങ്കീർണമായ ഒരു ജീവിത സാഹചര്യത്തിലൂടെയാണ് നാമിന്ന് കടന്നുപോകുന്നത്. ആഗോളവൽകൃത ലോകത്ത് എന്തും വാണി ജ്യവൽക്കരിക്കപ്പെട്ടിരിക്കുന്നു. കമ്പോളബലാബലമാണ് കാര്യങ്ങൾ തീരു മാനിക്കുന്നത്. പണ്ട് സമ്പത്ത് കൊള്ളയടിക്കാൻ ആയുധബലമുപയോ ഗിച്ചിരുന്നുവെങ്കിൽ ഇന്ന് അതിന്റെ സ്ഥാനത്ത് വാണിജ്യനിയമങ്ങളെ യാണ് ഉപയോഗിക്കുന്നത്. ദേശീയ-സാർവദേശീയ കുത്തകകൾ രാജ്യ ത്തിന്റെ മണ്ണും ജലവും മറ്റ ധാതുസമ്പത്തുക്കളും കൊള്ളയടിക്കുന്നു. കേന്ദ്ര-സംസ്ഥാന സർക്കാരുകൾ ഇത്തരം ചൂഷണങ്ങൾക്ക് ഒത്താശ ചെയ്തുകൊണ്ട് രാജ്യത്തെ ജനങ്ങളെ ഒറ്റിക്കൊടുക്കുന്നു. ജനങ്ങളുടെ ജീവിതനിലവാരം ഉയരാതെ വന്നപ്പോൾ ദാരിദ്ര്യരേഖ താഴ്ത്തിവരയ്ക്കു കയെന്ന ജാലവിദ്യയിലൂടെ കേന്ദ്രമേഖലകളിൽ സർക്കാർ ഇടപെടൽ അവസാനിപ്പിച്ചുകഴിഞ്ഞു. അവിടങ്ങളിലൊക്കെ കുത്തകവൽക്കരണം നടപ്പാക്കുന്നു. തൊഴിൽമേഖലയിൽനിന്ന് തൊഴിലാളികൾ വലിച്ചെറിയ പ്പെടുന്നു. കൃഷിഭൂമിയിൽനിന്ന് കർഷകർ ആട്ടി അകറ്റപ്പെടുന്നു. അവിട ങ്ങളിലേക്ക് പുത്തൻകുറ്റുകാർ ആർത്തലച്ചുവരുന്നു. ഭൂരിപക്ഷം വരുന്ന ജനങ്ങളുടെ ഉന്മൂലനാശത്തിന് ജനാധിപത്യസർക്കാർ തന്നെ നിഷ്ക രുണം കുടപിടിക്കുന്നു. നമ്മുടെ ജീവിതം വഴിമുട്ടിയാൽ അത് മുറിച്ചു കടക്കാനെന്താണ് വഴി? ചരിത്രത്തിലേക്ക് തിരിഞ്ഞുനോക്കുക! നമുക്കു മുമ്പേ കടന്നുവന്നവർ പ്രതിസന്ധികളെയും ചൂഷണത്തെയും നേരിട്ടത് പോരാട്ടത്തിന്റെ മാർഗമുപയോഗിച്ചാണ്. അവരുടെ ധീരതയും സാഹ സികതയും നമുക്ക് പ്രചോദന സ്രോതസാക്കി മാറ്റാം. അവരുടെ പോരാ ട്ടസ്മരണകൾ കേവല കൗതുകകഥകൾക്കപ്പുറം വർത്തമാന കാല പ്രതി സന്ധികളെ മറികടക്കാനുള്ള ശക്തമായ ആയുധമാക്കിക്കൊണ്ട് മുന്നേറാം. കാരണം ഭൂതകാലത്തെ നെഞ്ചേറ്റിക്കൊണ്ടു മാത്രമേ വർത്ത മാനകാല സമസ്യകളെ നേരിടാനാകൂ.

# ഗ്രന്ഥസൂചി


1. ചോരപ്പൂക്കൾ വിരിയിച്ച കല്ലറ-പാങ്ങോട്: കിളിമാനൂർ ചന്ദ്രൻ, ഡി സി ബുക്സ്.
2. പുന്നപ്ര വയലാർ, കെ സി ജോർജ്: പ്രഭാത് ബുക്ക് ഹൗസ്.
3. കയ്യൂർ സമരചരിത്രം, വി വി കുഞ്ഞമ്പു: ചിന്ത പബ്ലിഷേഴ്സ്.
4. മലബാർകലാപം, ഡോ. കെ എൻ പണിക്കർ: ഡി സി ബുക്സ്.
5. പുന്നപ്ര വയലാർ ജ്വലിക്കുന്ന അധ്യായങ്ങൾ: എം ടി ചന്ദ്രസേനൻ, നാഷണൽ ബുക്ക് സൊസൈറ്റി.
6. രക്തം ചിന്തിയവർ: ശ്രീധരൻ ചമ്പാട്ട്, മാതൃഭൂമി.
7. വടക്കൻ പെരുമ (കാസർഗോഡ്ജില്ലയുടെ ജനപക്ഷ ചരിത്രം), ഇ എം എസ് പഠനകേന്ദ്രം, കാസർഗോഡ്.
8. തനിമതേടി (കല്ലറഗ്രാമത്തിന്റെ ചരിത്രാന്വേഷണം), സംസ്കൃതി, കല്ലറ.
9. പുന്നപ്ര-വയലാർ 60-ാം വാർഷിക സ്മരണിക.
10. പി കെ കുഞ്ഞച്ചൻ സ്മരണിക, സി പി ഐ എം ചെങ്ങന്നൂർ ഏര്യാകമ്മറ്റി.
11. സ്മരണിക, വയലാർ പഞ്ചായത്ത് 2012.
12. സ്മരണിക, പഴശ്ശി തില്ലശ്ശേരിവാകം സമരങ്ങൾ.
13. മലബാർകലാപം ചരിത്രവും പ്രത്യയശാസ്ത്രവും: ചിന്ത പബ്ലിഷേഴ്സ്.
14. കരിവെള്ളൂരിന്റെ ഇന്നലകൾ, കരിവെള്ളൂർ-പെരളം ഗ്രാമപഞ്ചായ ത്തിന്റെ പ്രാദേശികചരിത്രം.
15. കേരളത്തിലെ കാർഷിക കലാപങ്ങൾ: ഡോ. കെ കെ എൻ കുറുപ്പ്, കേരള ഭാഷാ ഇൻസ്റ്റിറ്റ്യൂട്ട്.

16. പഴശ്ശി സമരങ്ങൾ: ഡോ. കെ കെ എൻ കുറുപ്പ്, കേരള ഭാഷാ ഇൻസ്റ്റിറ്റ്യൂട്ട്.

17. കേരളത്തിലെ നവോത്ഥാന സമരങ്ങൾ: ഡോ. ആർ രാധാ കൃഷ്ണൻ.

18. ഒളിവിലെ ഓർമകൾ: തോപ്പിൽ ഭാസി.

19. കമ്മ്യൂണിസ്റ്റ് പാർട്ടി കേരളത്തിൽ: ഇ എം എസ്

www.ingramcontent.com/pod-product-compliance
Lightning Source LLC
LaVergne TN
LVHW050413160726
843469LV00041B/1058